வாங்க
சினிமாவைப் பற்றி பேசலாம்!

கே.பாக்யராஜ்

டிஸ்கவரி புக் பேலஸ்

கே.கே.நகர் மேற்கு, சென்னை - 600 078.
(பாண்டிச்சேரி கெஸ்ட் ஹவுஸ் அருகில்)
Ph: 044-6515 7525 Mobile: +91 87545 07070

வாங்க சினிமாவைப் பற்றி பேசலாம்! (கட்டுரைகள்)
ஆசிரியர்: கே.பாக்யராஜ்©

Vaanga Cinemavai patri pesalam (Essays)
Author: K.Bhagyaraj©

1st Edition: Dec - 2016 (1000 copies)
2nd Editon: Agu - 2018 (1000 copies)
Pages: 144 - ISBN: 978-93-84302-01-6

Cover Design: Manikandan

Discovery Book Palace (P) Ltd,
6, Mahaveer Complex, Munusamy Salai,
K.K.Nagar West,Chennai-600 078.
Ph: +91 - 44-6515 7525
Mobile: +91 87545 07070

E-mail: **discoverybookpalace@gmail.com,**
Website: **www.discoverybookpalace.com**

Rs. 120

இந்தப் புத்தகம்...
சிறப்பான பாராட்டுகளைப் பெறுமானால்,
அது என் குரு டைரக்டர் பாரதிராஜா
அவர்களைச் சேரும்.
ஏதாவது சங்கடங்களை உண்டாக்குமானால்,
அது என்னை - என் ஒருவனை மட்டுமே சேரும்.

அன்புடன் உங்கள்
கே.பாக்யராஜ்

அன்பு நண்பர்களுக்கு...

நுழைவாசலில் பணிவோடு சில வார்த்தைகள்...

இந்தத் தொகுப்பைப் பற்றி முன்னுரையாக சில வார்த்தைகள் உங்களோடு பேச வேண்டும் என்று ஆரம்பிக்கும்போது எனக்கு பளிச்சென்று 'பொதுவுடமை சிற்பி' லெனின்தான் நினைவுக்கு வருகிறார்.

ஜார் மன்னராட்சி கவிழ்க்கப்பட்டதைத் தொடர்ந்து கம்யூனிஸ்ட் அரசை ரஷ்யாவில் அமைக்கும்போது லெனின் ஆணித்தரமாக இப்படிச் சொன்னார்;

"இந்த அரசியலமைப்பு (கம்யூனிஸ ஆட்சி) இந்தக் காலகட்டத்துக்கு மட்டுமே அத்தியாவசியமானதும் பொருத்தமானதும் ஆகும். ஆனால் இதுவே சாசுவதமானதல்ல! பிற்காலத்தில் காலத்தின் தேவைக்கேற்ப மாறுதல்கள் ஏற்படலாம்."

– அவர் வாக்கு இன்று ரஷ்யாவில் மெய்ப்பிக்கப்பட்டிருக்கிறது.

'மாறுதல் வரலாம்' என்று அவர் சொன்னது அப்படியே நடந்திருக்கிறது. (அவரே அப்படிச் சொல்லியிருக்கிறாரே என்பதை நினைவுகூர்ந்து உணரக்கூட முடியாத அளவு, அந்த மாறுதலால் பாதிக்கப்பட்டவர்கள், ஒரு வெறியோடு லெனின் சிலையை காலால் உதைத்திருக்கிறார்கள் என்பது ஒரு விசித்திரமான விஷயம்!)

இந்த கட்டுரைத் தொடரில் சினிமாவைப் பற்றி நான் சொல்லியிருப்பதும் அதே மாதிரிதான்.

என் அனுபவங்களை மையமாகக்கொண்டு நான் சொல்லியிருப்பவை, இப்போதுள்ள சினிமாவுக்கு ஓரளவு பொருத்தமாகவும் சிந்தனைக்குரியதாகவும் அமையும். இவையே சாசுவதமான, 'முடிந்த முடிவான' கருத்துகள் அல்ல. காலப் போக்கில் மாறுதலான சிந்தனைகள், மரபு மீறல்கள், இலக்கண முறிவுகள், புதிய கண்ணோட்டங்கள் எல்லாம் ஏற்படலாம். ஏற்படும்.

இதை இவ்வளவு நீட்டி முழக்கி ஏன் சொல்கிறேன் என்றால், இன்று லெனின் சொன்னதைப் புரிந்து கொள்ளாமல் அவரை நிந்திப்பதுபோல்-

சில ஆண்டுகளுக்குப் பின் இந்தத் தொகுப்பை வாசிக்கும் சினிமா மாணவர்கள், 'இந்த பாக்யராஜ் சொல்றது காலத்துக்குப் பொருத்தமானதா இல்லையே?' என்று என்னைப் போட்டு புரட்டி எடுக்கக்கூடாதே என்ற முன்னெச்சரிக்கைதான்.

ஆகவே, 'இன்னிக்கு இருப்பது நாளைக்கு இருக்காது' என்று நம் பெரியவர்கள் தத்துவமாகப் பேசியதும், 'மாறுதல் ஒன்றுதான் மாறாதது' என்று கவிதா ரசனையுடன் சொன்னதும், இந்த சினிமா உலகத்துக்கும் பொருத்தமானது என்பதை நினைவில் வைத்துக்கொண்டு இதைப் படியுங்கள். ப்ளீஸ்! இது என் முதல் கோரிக்கை.

இரண்டாவது - ஒரு தன்னிலை விளக்கம்.

'இந்த பாக்யராஜ்தான் சினிமாவில் பெரிய இவரா? சினிமாவைப் பற்றி அவர் எழுதுவதுதான் வேதமா?' என்று நீங்கள் கேட்கிறீர்களோ, இல்லையோ, நான் ஒரு முறைக்கு பல முறை எனக்குள் கேட்டுக்கொண்ட பின்தான் இதை எழுதத் தொடங்கினேன்! ஏனென்றால் என்னைப் பற்றியும், சினிமாவில் என் நிலை பற்றியும் நான் மிகத் தெளிவாகவே உணர்ந்திருக்கிறேன்.

சினிமாவில் என்னை விட அனுபவம் வாய்ந்தவர்கள், என்னை விட மிகப் பெரும் வெற்றிகளை ஈட்டியவர்கள், திருப்பங்களை - புதிய பாணிகளை உருவாக்கியவர்கள் (Trend Setters) என்று பலர் இருக்கிறார்கள்.

என்னை விடவும் இவர்களால் சினிமாவைப் பற்றி சிறப்பாகவும் வலுவாகவும் கூற முடியும். இருந்தும், 'இதுதான் சினிமா, இப்படித்தான் சினிமா இருக்க வேண்டும்' என்று என் போக்கில் நான் துணிந்து எழுதுவது ஒரு அரிச்சுவடியான 'கைடு'தான். ஆரம்பத்தில் நான் சினிமாவுக்கு வரும்போது இதுபோல் சினிமாவைப் பற்றிய கருத்துகளோ, விளக்கங்களோ ஏதாவது புத்தக வடிவில் வந்திருக்கிறதா என்று தேடிக் கிடைக்காத ஆதங்கமே என்னை எழுதத் தூண்டியது. நான் தேடியதைப் போல் இன்று தேடும் இளையவர்களுக்கு இது ஒரு சிறு கை விளக்காக பயன்படக் கூடும்.

என்னுடைய இந்தத் திரைப்பட அனுபவங்களிலிருந்து எவருக்கேனும் சில சந்தேகங்கள் நிவர்த்தியாகலாம். விளக்கங்களும்

கிடைக்கலாம். சமயத்தில் குழப்பங்களும் வரலாம்!' அந்தக் குழப்பங்களிலிருந்து புதிய தெளிவுகள் உருவாகலாம்!

மீண்டும் கூறுகிறேன். இதில் நான் எழுதுபவை, என்னுடைய திரைப்படங்கள் உருவாகும்போது நான் என்னென்ன செய்தேன், எந்தச் சூழ்நிலையில், ஏன் அப்படிச் செய்தேன் என்ற என் – என் ஒருவனின் அனுபவங்கள் மட்டுமே!

அன்புடன் உங்கள்

கே.பாக்யராஜ்

1

எப்போதுமே நாலு பேருக்குத் தெரிகிற மாதிரி உள்ளவர்களைப் பற்றி நல்லதாகவும் பேச்சு வரும், குறை கூறியும் பேச்சு வரும். என்னைப் பற்றியும் அப்படி பலதரப்பட்ட பேச்சுகள் வருகின்றன. அந்த மாறுபட்ட கருத்துகளையும் நிதானமாக அலசிப் பார்த்தால் நமக்கே ஒரு வித்தியாசமான தெளிவு ஏற்படும்.

நம்மீது சொல்லப்படும் குறைகளைப் பற்றி அலசிப் பார்க்கும்போது அவை உண்மை என்று தெரிந்தால் 'திருத்திக் கொள்ள வேண்டும்' என்ற உணர்வு வரும். 'வீணாக அவதூறு பேசுகிறார்கள்' என்று உள் மனதுக்குத் தெரிந்தால், 'விட்டுத் தள்ளுவோம்' என்று ஒரு அமைதி ஏற்படும்.

அதேபோல், நல்லதாக வரும் செய்திகளையும் ஆராய்ந்து பார்த்து 'நியாயமான பாராட்டுதான்' என்றால், மகிழ்ச்சி அடையலாம். 'அதிகப்படியான பாராட்டுகள்' என்றால், 'இவர்கள் புகழ்கிற அளவுக்கு உண்மையிலேயே நாம் வளர வேண்டும்' என்று அடிமனம் தூண்ட வேண்டும்.

சமீப காலங்களில் நான் பெரிதும் மதிக்கும் சிலர் என் திரைக்கதை அமைப்பு பாணியைப் பற்றி நான் ரொம்பவும் கூச்சப்பட்டு நெளியும் அளவு பெருந்தன்மையான பாராட்டுகளை வெளிப்படுத்தியிருக்கிறார்கள்.

"ரைட்டர்ன்னா (Writter), என்னைப் பொறுத்தவரைக்கும் பாக்யராஜ்தான் ரைட்டர்" என்று பாராட்டியிருக்கிறார் என் குருநாதரான டைரக்டர் பாரதிராஜா அவர்கள்.

"பாக்யராஜ் 'மாஸோட' பல்ஸை நல்லா தெரிஞ்சு வச்சிருக்காரு, எது ஜனங்களுக்குப் பிடிக்கும், எது பிடிக்காதுன்னு முழுமையா தெரிஞ்சு வச்சிருக்கிறது பாக்யராஜ்தான்!"– இது டைரக்டர் கே.பாலசந்தர் அவர்கள்.

“அவருடைய (பாக்யராஜுடைய) பல திரைக்கதைகள் என்னைக் கவர்ந்திருக்கின்றன. குறிப்பா, சிறந்த திரைக்கதை எப்படி இருக்கணும்னா ‘அந்த ஏழு நாட்கள்’ போல இருக்கணும்னு நான் ஒரு வரையறையே வச்சிருக்கேன்.” இது டைரக்டர் மணிரத்னம் அவர்கள்.

“டைரக்டர் பாக்யராஜ் சாருடைய படங்களை நாங்கள்லாம் ஒரு தடவைக்கு பத்துத் தடவை பார்ப்போம். திரைக்கதைன்னா என்ன, திரைக்கதையை அமைக்கறது எப்படின்னு தெரிஞ்சுக்கறதுக்காக...” – இது திரைப்படக் கல்லூரி மாணவராக பயிற்சி பெற்று, இன்று உயர்ந்த நிலையில் இருக்கும் ஆபாவாணன் அவர்கள்.

இந்த இமாலய பாராட்டுகளையெல்லாம் கேட்கிறபோது எனக்கு ஒரு கதை நினைவுக்கு வருகிறது. கதையை இங்கு சற்று விவரமாகச் சொல்கிறேன்.

*

அந்தக் கிராமத்தில் ஒரு செல்வாக்குள்ள பண்ணையார் இருந்தார். அவர் மிகவும் நல்லவர். தர்மவான், தெய்வம் என மக்களால் பாராட்டப்படுபவர்.

அவருக்கு ஒரே மகன். பண்ணையார் மனைவியை இழந்திருந்தாலும், மகனை பொறுப்பாகதானே வளர்த்திருந்தார். அதோடு, அவனுக்கு அனாதையான தன் தங்கை மகளை திருமணம் செய்துவைக்கத் திட்டமிட்டு, அப்பெண்ணையும் வீட்டோடு வளர்த்து வருகிறார். விரைவில் மகனுக்கும் தங்கை மகளுக்கும் திருமணம் நிகழவிருக்கிறது இந்நிலையில் ஒரு நாள் திடீரென்று ஒரு தந்தி வருகிறது.

தந்தியைக் கண்டதும் நிலைகுலைந்து போகிறார் பண்ணையார். தந்தி வந்த விஷயத்தைப் பற்றி தன் வீட்டில் யாருக்கும் சொல்லவில்லை. ஆனால், குடும்பத்தார் அனைவரையும், ஒரு குறிப்பிட்ட நாளில் வீட்டில் தங்கவிடாமல் வெளியே தங்க வைக்கிறார். வீட்டில் உள்ள வேலைக்காரன், வேலைக்காரியைக்கூட லீவு கொடுத்து வெளியேற்றி விடுகிறார். அனைவரையும் அனுப்பி விட்டு அந்த வீட்டில் தனியாக தான் மட்டும் யாருக்காகவோ காத்திருக்கிறார்.

தந்தி அனுப்பிய அந்த ஆள் வருகிறான். அந்தப் புதியவனை பண்ணையார் டென்ஷனுடன் வரவேற்கிறார். ஆனால் வருபவன் பதட்டப்படவில்லை. நிதானமாக பண்ணையாரின் வீட்டையும்,

வசதி வாய்ப்புகளையும் பார்த்து 'அடடே!' என்று ஒருவித குத்தலுடன் பாராட்டுகிறான்.

நெடுநாட்களாகவே அறிமுகமானவர்கள் போல் அந்தப் புதியவனும், பண்ணையாரும் 'ஒருமை'யில் பேசிக் கொள்கிறார்கள்.

"எதற்காக வந்திருக்கிறாய்?" என்று பண்ணையார் கேட்டபோது,

"வேறெதற்காக? பணத்துக்காகத்தான்!" என்கிறான் புதியவன்.

"சரி, ஏதாவது மொத்தமாக வாங்கிக்கொண்டு போய்விடு" என்று பண்ணையார் கூறுகிறார்.

"மொத்தமாக வாங்கிக் கொள்ள மாட்டேன். அவ்வப்போது வருவேன். தேவையானவற்றை வாங்கிக் கொள்வேன்" என்று ஒரு தொகையை வாங்கிக்கொண்டு செல்கிறான்.

முதலாளி லீவு கொடுத்தாலும் லீவில் போகாமல், 'வீட்டில் என்ன நடக்கிறது?' என்று பார்க்க வந்த வேலைக்காரனும் வேலைக்காரியும் இந்தச் சம்பவத்தைப் பார்த்து அதிர்ச்சியடைகின்றனர். தங்கள் முதலாளியான பண்ணையாரை எவனோ மிரட்டிப் பணம் பறிக்கிறான் என்ற விஷயத்தை பண்ணையாரின் மகனிடம் சொல்லிவிடுகிறார்கள்.

மகன், தந்தையிடம் அதைப் பற்றி விசாரிக்கிறான். தந்தையோ, அப்படி எதுவும் நடக்கவில்லை என்று மறுத்துவிடுகிறார். இதைக் கண்டுபிடிக்கும் முயற்சியில் மகன் ஈடுபடுகிறான்.

இதற்கிடையில் மீண்டும் பலமுறை அந்தப் புதியவன் வந்து மிரட்டிப் பணம் பறித்துச் செல்கிறான். ஒருநாள் பண்ணையார் பணம் கொடுக்க மறுக்கவே "உங்கள் தங்கை மகளை பணயக் கைதியாக நான் பிடித்து வைத்திருக்கிறேன்" என்று மிரட்டுகிறான். பண்ணையார் பயந்து பணம் கொடுக்கிறார். இந்த விபரத்தை பண்ணையார் மகன் போலீஸுக்கு தெரியப்படுத்துகிறான். போலீஸ் வந்து விசாரிக்கும்போது பண்ணையார், "எதுவும் நடக்கவில்லை" என்கிறார்.

அப்போது எதிர்பாராதவிதமாக அங்கு பண்ணையாரின் தங்கை மகள் தோன்றி, "என்னை யாரும் கடத்திச் செல்லவில்லை" என்கிறாள்.

பண்ணையாரும் குழம்புகிறார். பண்ணையார் மகனும் குழம்புகிறான். இருந்தாலும் ஒருநாள் பண்ணையார் பணம் கொடுக்கத் தயாராக இருந்தபோது போலீஸுடன் கையும் களவுமாக மடக்கிவிடுகிறான் மகன்!

அப்போதுதான் சில மர்மங்கள் உடைகின்றன. உண்மையில் பண்ணையாரிடம் மிரட்டிப் பணம் பிடுங்கியவர்கள் வேறு யாருமல்ல; பண்ணையார் தன் திருமணத்துக்கு முன் காதலித்துக் கைவிட்ட ஒரு பெண்ணுக்கும் அவருக்கும் பிறந்த மகனேதான்! அப்போது அவர் ஒரு அயோக்கியனாக இருந்தார். கொள்ளை போன்ற அக்கிரமச் செயல்களைச் செய்தவர். அப்போது ஒரு பெண்ணைக் கெடுத்து அவள் கர்ப்பமானதும் கைவிட்டு, புது ஊருக்கு வந்துவிட்டார். புது ஊருக்கு வந்த இடத்தில், பழைய வாழ்க்கையை மறந்து ஒரு சில நற்காரியங்கள் செய்ய ஆரம்பிக்க, அதனால் ஏற்பட்ட புகழும், மன நிறைவும் மேலும் மேலும் நல்ல காரியங்களைச் செய்யத் தூண்டி அவரை பெரிய மனிதனாக்கியது.

இந்தச் சூழ்நிலையில்தான் அவருடைய மனசாட்சியின் உறுத்தலைப் போல் கைவிடப்பட்ட மகன் வருகிறான். பணம் கேட்கிறான். தன் பழைய தவறுகளை மறைக்க, இப்போதைய புகழைக் காப்பாற்ற பண்ணையாரும் பயந்து பணம் கொடுக்கிறார். ஆனால், அவன் அந்தப் பணத்தை தன் உபயோகத்திற்காக வாங்கவில்லை. தன் தந்தையின் உறவை வெளிப்படையாக நிலைநாட்டிக் கொள்ளவே அவரை அணுகி தொந்தரவு செய்திருக்கிறான். அவன் நாடி வந்தது தந்தையின் அன்பும், உறவும்தான். இறுதியில் தவறு செய்த பண்ணையார் தன் குற்றத்தை ஒப்புக்கொள்ள, வந்த புதியவன், 'தன் தாய் களங்கமற்றவள்' என்று ஊர் அறிந்துகொண்ட திருப்தியுடன் 'ப்ளாக்மெயில்' செய்த மொத்தப் பணத்தையும் பண்ணையாரிடமே ஒப்படைத்து விட்டு விடைபெறுகிறான்.

*

'Mr. Xன் விஜயம்' என்ற இந்தக் கதையை எழுதியது உங்கள் பாக்யராஜ்தான்!

என்ன... சப்பென்று ஆகிவிட்டதா? இப்படி ஒரு சர்வ சாதாரணமான கதையை நானா எழுதினேன் என்று ஆச்சரியப்படுகிறீர்கள் அல்லவா?

இப்படி ஒரு கதையை நான் எழுதியதற்கும், இன்று பல பிரபல டைரக்டர்களின் பாராட்டுகளைப் பெற்றதற்கும் இடைப்பட்ட ஒரு சுவாரஸ்யமான பதினெட்டு வருட இடைவெளியை சொல்வதற்காகத்தான் இதை விரிவாகச் சொன்னேன்.

சின்ன வயதில், அதாவது பள்ளிக்கூட நாட்களில் எனக்கு நடிகனாக வேண்டும் என்றுதான் விருப்பம். பள்ளி நாடகங்களில் நடிக்க முயற்சி செய்வேனே தவிர, எழுத்தில் எந்த ஈடுபாடும்

கிடையாது. அப்போதெல்லாம் கோயம்புத்தூர் கோவில் திருவிழாக்களிலும் மற்றும் விசேஷ நிகழ்ச்சிகளிலும் பல்வேறு நாடகங்கள் நடத்தப்படும். அவற்றை வெவ்வேறு குழுக்கள் நடத்தினாலும், அந்த நாடகங்களில் வரும் விஷயங்களெல்லாம் ஒரே மாதிரி சமாச்சாரமாகத்தான் இருக்கும். பணக்காரன் மகனை ஏழைக் குடியானவன் மகள் காதலிப்பது அல்லது பணக்காரன் மகளை ஏழை விவசாயி மகன் காதலிப்பது – அவர்கள் காதலுக்கு ஜாதியோ, மதமோ, பணமோ தடையாக இருப்பது, இப்படி சுற்றிச்சுற்றி காதல் பிரச்சனைதான்! ஒரு டிராமாவில் காதலர்கள் சுலபமாகச் சேர்ந்தால், இன்னொரு டிராமாவில் டிராஜிடியாக சாவார்கள். இதைவிட்டால், வேறு விஷயமே இருக்காது.

இந்த டிராமாக்களைப் பார்க்கும்போதெல்லாம், 'இவர்களுக்கு இதை விட்டால் வேறு விஷயமே கிடைக்காதா?' என்று கிண்டலடிப்பேன். ஆனால் என் நண்பர்கள்,

"மத்தவங்களையெல்லாம் குறை சொல்றியே... வித்தியாசமா நீ ஒரு டிராமா எழுதேன் பார்க்கலாம்..." என்று என்னை கிண்டலடித்து உசுப்பிவிட்டார்கள்.

அதன் விளைவாக, பதினெட்டு வருடங்களுக்குமுன் நான் எழுதிய 'Mr. Xன் விஜயம்' என்ற நாடகத்தின் கதைதான் முதன்முதலில் எழுதிய கதை. இதை என் நண்பர்கள் 'ஆஹா ஓஹோ' என்று பாராட்டினார்கள். நானும், பிரமாதமாக ஒரு சாதனை செய்துவிட்டதாகத்தான் நினைத்து காலரை தூக்கி விட்டுக் கொண்டேன்.

அதே டைப்பில் சினிமா உலகத்தையும் ஒரு பிடி பிடித்து விடலாம் என்று சென்னைக்கு ரயிலேறினேன். இங்கே வந்து பல கம்பெனிகளுக்கு ஏறி இறங்கி, பல சினிமாக்கள் பார்த்து, சினிமா கதை நிலவரங்களைப் பார்த்தபோதுதான் எனக்கு 'நாம் எவ்வளவு சுமாராக, அமெச்சூரிஷாக ஒரு கதை எழுதி வைத்துக்கொண்டு கர்வப்பட்டிருக்கிறோம்' என்று புரிந்தது.

அந்தத் தெளிவு ஏற்பட்டதுமே இரண்டு விஷயங்கள் எனக்கு உறைத்தன.

ஒன்று, 'நாம் சினிமாவில் இடம்பெற இப்போது மிக பலவீனமாக இருக்கிறோம்' என்பது.

இரண்டாவது, 'இதற்காக பின்வாங்கிவிடக் கூடாது' என்பது.

நான் சொன்னவற்றை ரசிகர்கள் கூர்ந்து கவனிக்க வேண்டும். நான் பலவீனமாக உள்ளேன் என்று குறிப்பிட்டேனே தவிர, இதைத் தெரிந்துகொண்டதுதான் என் பலமும்கூட! இவ்வளவு சாதாரணமான கதை எழுதும் நாம்... ஸ்ரீதர், கே.எஸ்.ஜி, பாலசந்தர், போன்றோர் அளவு உயர முடியுமா?

இந்தக் கேள்வியை திரும்பத் திரும்பக் கேட்டபோது கூனிக் குறுகினேன். ஆனால், கூடவே என்னுள் ஒரு தெளிவும் பிறந்தது. அதாவது, ஊரில் உள்ள எல்லோரும் 'பண்ணையார் மகன் விவசாயி மகள்' கதை எழுதும் காலகட்டத்தில் உன்னால் புதிதாக ஒன்றை அவசரமாக சிந்திக்க முடிந்ததே! அதுகூட ஒரு திறமைதானே! அந்தத் திறமையை நீ ஏன் வளர்த்துக் கொள்ள முடியாது? என்ற புதுக் கேள்வி தோன்றியது.

எனது குப்பையான முதல் கேள்வியால் குறுகிப் போயிருந்த நான், புதிய கேள்வியால் கொஞ்சம் கொஞ்சமாக நிமிர ஆரம்பித்தேன். சினிமாவையும் சினிமா கலைஞர்களையும் பரிசீலிக்க ஆரம்பித்தேன். புதிய புதிய விஷயங்களை கற்றுக் கொள்ள ஆரம்பித்தேன். உதவி இயக்குனரானேன். என் அபிப்பிராயங்களை மற்றவர்களிடம் கூறி, அதற்குண்டான மரியாதையைக் கவனித்தேன். இன்னும் இன்னும் நிறைய தெரிந்து கொள்ள வேண்டும் என்று உணர்ந்தேன்– இடையே டைரக்ஷன் வாய்ப்பு வந்தது.

'சுவர் இல்லாத சித்திரங்கள்' படத்தை டைரக்ட் செய்து, முதல் வெற்றியை – சுமாரான அளவான வெற்றியைக் கண்டேன்.

இங்கே ரசிகர்கள் மற்றொன்றை கவனிக்க வேண்டும்.

'மௌன கீதங்கள்', 'தூறல் நின்னு போச்சு', 'அந்த ஏழு நாட்கள்', 'முந்தானை முடிச்சு' – போன்ற சில்வர் ஜுப்ளி கதைகள் என்னிடம் அப்போது இல்லை. பின்னால் உதயமானவைகளே!

என்னுடைய மரியாதைக்குரிய கலைஞர்கள் அனைவரும் இன்று, 'திரைக்கதைக்கு ஒரு புது வடிவம் கொடுத்தவன்' என்று என்னைப் பாராட்டும்போது நான் 'Mr, Xன் விஷயம்' என்று எனது சுமாரான முதல் கதையை நினைத்துக்கொண்டு புன்னகைப்பேன்.

எனவே, இன்று புதிதாக சினிமாவுக்கு வர விரும்புவோருக்கு நான் சொல்லிக்கொள்ள விரும்புவது–

உலகம் வியக்கும் தாஜ்மஹால்கூட ஒற்றைச் செங்கலில்தான் ஆரம்பம். ஆனால், அடுத்தடுத்து ஒவ்வொரு செங்கல்லும்

பொறுப்புடன், அக்கறையுடன், சிரத்தையுடன் அடுக்கப்பட்டுள்ளதை உணருங்கள்.

சினிமாவுக்கு வரும்போதே நீங்கள் புத்திசாலியாக வர வேண்டும் என்பது அவசியமில்லை. அதேசமயம், நீங்கள் 'முட்டாள்' இல்லை என்பதை தெளிவாக ஊர்ஜிதப்படுத்திய பின்னர் வாருங்கள். வந்தபின் எதைப் பார்த்தும் பிரமிக்காதீர்கள். அதேசமயம், எத்தனை கற்றாலும், இன்னும் நமக்குத் தெரியாதது எத்தனையோ உண்டு என்று தேடிக்கொண்டே இருங்கள் கற்றுக்கொண்டே இருங்கள் !

2

'பதினாறு வயதினிலே' படத்தைப் பற்றியும் அது எனக்கு கற்றுக் கொடுத்த ஒரு பாடத்தைப் பற்றியும் கொஞ்சம் பேசுவோம்.

'பதினாறு வயதினிலே' படம் என் குருநாதர் டைரக்டர் பாரதிராஜா அவர்களின் அற்புதத் திறமையை, குன்றின்மேல் வைத்த தீபமாக சினிமா துறைக்கு ஒளிமயமாக அறிமுகப்படுத்திய படம்.

அந்தப் படத்தில் ஒரு காட்சி. இன்டர்வெலுக்கு சற்று முன்பாக வரும்.

ஸ்ரீதேவி கேரக்டரை, டாக்டராக வரும் வில்லன் கேரக்டர்... சாதகமாகப் பேசி, கெடுக்க முயற்சி செய்வார். அப்போது டைரக்டர் சிம்பாலிக்காக ஒரு இளநீர் சீவப்படுவதைக் காட்டுவார். டாக்டரின் சாகச, சரச முயற்சி – இளநீர் சீவப்பட்டு, கண்ணில் பொத்தல் போடப்படும் நிலை – இவற்றை மாற்றி மாற்றி காட்டிக்கொண்டிருப்பார். கடைசியில், இளநீர் பொத்தல் போடப்படும் நிலையில் 'மிஸ்'ஸாகி, கை தவறி உருண்டு போகும். கட் செய்து, டாக்டர் வீட்டை விட்டு ஸ்ரீதேவி தப்பி ஓடி விடுவார்.

இந்தக் காட்சி உங்களுக்கெல்லாம் நினைவில் நிற்கும். ஆனால் முதன்முதலில் டைரக்டர் அவர்கள் உருவாக்கிய கதையில், இந்தக் காட்சியும் சரி, இதைத் தொடர்ந்து உருவாக்கப்படுவதற்கு திட்டமிடப்பட்டிருந்த சம்பவங்களும் சரி, வேறுவிதமாக திட்டமிடப்பட்டிருந்தன.

ஆம்! டைரக்டர் அவர்கள் ஒரு தவமாக இந்தக் கதையை அமைத்திருந்த முறையே வேறு 'ஷாட் பை ஷாட்'டாக, ஒரு ஆர்ட் பிலிமாக திட்டமிட்டு, ஒரு உருக்கமான முடிவுடன் கதையை அமைத்திருந்தார்.

அதன்படி, ஸ்ரீதேவி கேரக்டரை டாக்டர் கேரக்டர் கெடுக்க முயலும்போது, இளநீர் சீவப்படும் காட்சி வரும். முடிவில் இளநீர் பொத்தல் போடப்படும். சிம்பாலிக்காக ஸ்ரீதேவி கேரக்டர் டாக்டர் கேரக்டரால் கெடுக்கப்பட்டது உணர்த்தப்படும். தொடர்ந்து ஒரு வித்தியாசமான கோணத்தில் கதை நகரும்.

ஸ்ரீதேவியைக் கெடுத்த டாக்டர், ஊரைவிட்டே போய் விடுவான். இந்த நிலையில் தாய் முயற்சி செய்து மகளை பக்கத்து ஊரில் ஒருவனுக்கு திருமணம் செய்து கொடுத்துவிடுவார். ஆனால், திருமணம் செய்துகொண்டவன் ஆண்மையிழப்பு பாதிப்புக்கு உள்ளானவன். அந்த மாப்பிள்ளையின் ஊர்க்கார 'பார்பரே' (Barber) "நீ இப்படி இருந்துகொண்டு ஒரு பெண்ணை திருமணம் செய்து, அவளுடைய வாழ்க்கையைக் கெடுத்து விட்டாயே..." என்று திட்டுவார்.

இந்த நிலையில் மயிலு கர்ப்பமாக இருக்க, அவள் கர்ப்பமானதற்கு கணவன் காரணமாக இருக்க முடியாது என்பதை பார்பர் ஊருக்கு எடுத்துச் சொல்ல, கணவன் மயிலை பஞ்சாயத்தில் அறுத்துக் கட்டி, பிறந்த வீட்டுக்கே அனுப்புகிறான். இடி போன்ற அந்தச் செய்தியால் தாய் தற்கொலை செய்து கொள்கிறாள்.

மயிலுக்கு குழந்தை பிறக்கிறது. கைக் குழந்தையுடன் உள்ள மயிலுக்கு சப்பாணி மட்டும் ஆதரவாக இருக்கிறான். பின், ரஜினி கெடுக்க வர சப்பாணி கொலை செய்துவிட்டு ஜெயிலுக்குப் போக, ஸ்ரீதேவி கூலி வேலைக்குப் போகிறார். வேலையில் சேரும்போது திடீரென்று 'குழந்தையின் அப்பன் பெயரென்ன?' என்ற கேள்விக்கு மயிலு பதில் சொல்லவேண்டிய நெருக்கடி ஏற்படுகிறது அது கிளைமாக்ஸ்!

அப்போதுதான் மயிலு, 'சப்பாணி' என்று அவனை புருஷனாக முடிவெடுக்க அத்தோடு கதை முடியும். இதுதான் 'பதினாறு வயதினிலே' படத்தின் முதல் கதை.

நான் சாதாரணமாக, படபடவென்று சொல்லிவிட்டேனே தவிர... இந்தக் கதையை ஆர்ட் பிலிமாக நெஞ்சை உருக்கும் உணர்ச்சிக் காவியமாக திரைக்கதையில் அமைந்திருந்தார் என் குருநாதர்.

ஆனால் தயாரிப்பாளர் ராஜ்கண்ணு, கலைமணி மற்றும் சிலர் இந்தக் கதையமைப்பைப் பற்றி ஒரு சிறு விவாதம் செய்தார்கள்.

"மயிலு கெட்டுவிட்டதாக அமைந்தால், ஒரு 'ஆன்ட்டி சென்டிமெண்ட்' கதையாக அமையும். படம் பார்க்கும் ரசிகர்களுக்கு

ஒரு உற்சாகமான ஈர்ப்பு இருக்குமா?” என்று அவர்கள் கருத்துத் தெரிவிக்க டைரக்டர் யோசித்தார். மீண்டும் மீண்டும் பேசிப் பேசி மயிலு (ஸ்ரீதேவி) கற்பழிக்கப்படாமலும், கர்ப்பமாகாமலும், இப்போது படத்தில் இருக்கும் கதையமைப்புப்படி திரைக்கதை அமைக்கப்பட்டது. ‘ஆன்ட்டி சென்டிமெண்ட்’ காட்சிகள் மாற்றி அமைக்கப்பட்டதும்... தயாரிப்பாளர் திரு ராஜ்கண்ணு அவர்களுக்கும் மற்றவர்களுக்கும் திருப்தி ஏற்பட்டது. படப்பிடிப்பு ஏற்பாடாகியது. இவையெல்லாம் எனக்கு முன்பு தெரியாது. காரணம், அதன் பின்தான் நான் டைரக்டரிடம் உதவியாளன் ஆனேன்.

ஒரு நாள் பேச்சுவாக்கில் “பதினாறு வயதினிலே கதையமைப்பு, நான் ஆரம்பத்தில் திட்டமிட்டபடி இல்லை, ஓர் அற்புதமான ஆர்ட் பிலிமாக வர வேண்டிய திரைக்கதை அமைப்பு மாறிவிட்டது” என்று டைரக்டர் என்னிடம் வருத்தப்பட்டுச் சொன்னார். ‘ஒரு நல்ல கதையமைப்பு மிஸ்ஸாகிவிட்டதோ’ என்ற ஒரு ஆதங்கம் அவரிடம் இருந்தது.

ஆனால் எனக்கு அப்படித் தோன்றவில்லை. ‘ஸ்ரீதேவி கேரக்டர் கெடுக்கப்படாமல் திரைக்கதை அமைந்ததே சரி’ என்று தோன்றியது.

முதன்முதலாக அவர் டைரக்ட் செய்து வெளிவரும் படம். ஒரு இனிய கவிதையாக – அனாவசிய ‘ஆன்ட்டி சென்டிமெண்ட்’ இல்லாமல்–இனிய நம்பிக்கையூட்டும் முடிவுடன் அமைவதே அவருக்கு சிறப்பாக அமையும் என்று எனக்குத் தோன்றியது. அதை நான் அவரிடம் வலியுறுத்திக் கூறினேன். சமாதானமானார்.

அத்தோடு, இன்னொரு முக்கியமான காட்சியைப் பற்றியும் நான் வாதாட வேண்டியிருந்தது. அது இளநீர் சீவும் காட்சி.

“இப்போது மயிலு கேரக்டர் கெடுக்கப்படவில்லை என்கிறபோது, இளநீர் காட்சி ஏன்? அதனால் எந்தவித இம்பாக்ட்டும் (Impact) ஏற்படப் போவதில்லை” என்றார்.

ஆனால் நான் அவரிடம் தொடர்ந்து வாதாடினேன்.

“சார்! இளநீர் காட்சி நல்ல சிம்பாலிக் காட்சி அதன் முடிவை மாற்றினால் அழகாக இருக்கும். ஒரிஜினல் கன்செப்ஷன் (Conception) படி, இளநீரில் பொத்தல் விழுவது இல்லாமல்... ‘ஸ்ரீதேவி தப்பித்துவிட்டார்’ என்பதைக் காட்ட, இளநீர் நழுவி விட்டது என்பதைக் காட்டலாம். தயவுசெய்து படத்தில் அதை அப்படி எடுத்து இணைத்துப் பாருங்கள்” என்றேன்.

என் டைரக்டர், என் யோசனையை பரிசீலித்து ஏற்றுக்கொண்டு, அந்தக் காட்சியை (அதாவது நீங்கள் இப்போது படத்தில் பார்க்கும் காட்சியை) இணைத்தார். அதற்கு தனி வரவேற்பு! தியேட்டரில் கைதட்டலும், விசிலும் பறந்தன. மக்கள் அப்படி ரசித்தார்கள்!

இதையெல்லாம் இப்போது நான் நினைவுகூரக் காரணம், இதில் எனக்கு பல படிப்பினைகள் கிடைத்தன.

ஒவ்வொரு கதாசிரியருக்கும் தன் கதையோ, திரைக்கதையோ 'தங்கம்' என்றுதான் தோன்றும். அதை அப்படியே 'இறுதி முடிவாக' தீர்மானித்துவிடக்ம்கூடாது. நியாயமாகவும், பொறுப்புணர்ச்சியுடனும், நம்மீது நம்பிக்கையுடனும் அதை மற்றவர் விவாதிக்க விட வேண்டும். எதிலும் முடிவெடுக்கும் உரிமை நமக்கு இருக்கும்போது, காதுகளை அகலமாகத் திறந்து வைத்து எல்லாவித விமர்சனங்களையும் விருப்பு வெறுப்பின்றி கேட்டு, பரிசீலிக்க வேண்டும். இதுவே எனது டைரக்டரின் முதல் இமாலய வெற்றிக்குக் காரணமாயிற்று.

பிறர் விமர்சனங்களையும், நம் கருத்துக்கு மாறுபட்ட மற்றவர்கள் கருத்துக் கோணங்களையும் பரிசீலித்து ஏற்றுக்கொண்ட அவரது பக்குவம், ஒரு மிகப்பெரிய வெற்றிக்கு வழிவகுத்தது!

திரையுலகில் அடியெடுத்து வைத்த முதல் கட்டத்திலேயே இந்தப் படிப்பினையை நான் கற்றுக்கொண்டேன்.

நம் கற்பனை நமக்கு அபாரமானதாகவும்,அற்புதமான தாகவும்தான் இருக்கும். அவற்றை மற்றவர்கள் விவாதித்து, விமர்சிக்கும்போதுதான் அவற்றின் சக்தியும் தரமும் உறுதிப்படும். நண்பனின் விமர்சனத்திற்கு தாக்குப் பிடிக்காத எந்த விஷயமும் மக்களிடம் போணியாகாது.

இதை நான் உணர்ந்து கற்றுக்கொண்டதால் என் பட திரைக்கதை ஒவ்வொன்றையும் கடுமையான விமர்சனத்திற்கு உள்ளாக்குகிறேன். அதில் உருவாகி வரும் கருத்துகளை மதிக்கிறேன்.

என்னைப் பொறுத்தளவில், படப்பிடிப்புக்கு முன்னதாக, திரைக்கதையை அக்கு வேறு ஆணி வேறாக அலச வேண்டும். பிறரை அலசவிட வேண்டும் என்பது உறுதியான கருத்து.

●

3

எந்த வித்தையிலும் 'Dos' & 'Donts' – அதாவது இன்னின்னதைச் செய்யலாம், இன்னின்னதைச் செய்யக்கூடாது என்று சில அடிப்படை விஷயங்கள் இருக்கும். சினிமாவிற்கு கதை எழுதுகிற சமாச்சாரத்திலும் அந்த அம்சங்கள் உண்டு என்பதை போகப் போகத்தான் தெரிந்துகொண்டேன்.

கோயம்புத்தூரில் இருக்கும்போது நான் எழுதிய 'Mr. Xன் விஜயம்' என்ற நாடகக் கதை, எந்த வித அனுபவ உரைகல்லிலும் உரசிப் பார்க்காமல் நான் சுயம்புவாக உருவாக்கியது. அது ஏன் சினிமாவுக்குப் பொருத்தமானது அல்ல என்பதை சென்னைக்கு வந்து என் குருநாதர் டைரக்டர் பாரதிராஜா அவர்களுடன் இரண்டு படங்கள் வேலை செய்த பின்தான் புரிந்துகொண்டேன்.

'Mr Xன் விஜயம்' கோயம்புத்தூரில் நான் பார்த்த நாடகக் கதைகளை விட சற்று வித்தியாசமாக இருந்தாலும், அதில் ஒரு சினிமா கதைக்குரிய முக்கியத் தகுதிகள் இல்லை. காரணம், அந்தக் கதைச் சம்பவங்களும் கதைக் கருவும் எதார்த்தமாக, எப்போதோ, யாருக்கோ ஏற்படுகிற அபூர்வ– Rare –பிரச்சினை. அதைச் சொல்ல நான் அமைத்திருந்த சம்பவங்களும் அளவுக்கு மீறிய கற்பனை. இதை சமூகத்தில் எந்தப் பகுதியினர் பார்த்தாலும் தங்களுக்கு ஒட்டாத ஏதோ ஒரு அன்னிய விஷயத்தைப் பார்ப்பதுபோல் ஈடுபாடில்லாமல் பார்ப்பார்கள். அதில் வரும் உணர்ச்சிகரமான சம்பவம் எதுவும் ரசிகர்களின் மனதைத் தொடாது.

டைரக்டர் பாரதிராஜா அவர்களிடம் உதவியாளனாக 'பதினாறு வயதினிலே' 'கிழக்கே போகும் ரயில்' படங்களில் வேலை செய்யும்போது ஒரு நல்ல சினிமாக் கதையின் அத்தியாவசிய அம்சங்கள் என்னென்ன என்பதைப் பற்றிய தெளிவு என் மனதில் உருவாக ஆரம்பித்தது. அந்த இரண்டு படங்களுமே கிராமியக் காதலை அடிப்படையாகக் கொண்டதுதான் என்றாலும்,

கதாபாத்திரங்களிலும் சம்பவங்களிலும்... கூடிய மட்டும் எதார்த்தமும் வசனங்களில் மண்ணின் மணமும் அமைந்திருந்தன.

'பதினாறு வயதினிலே' படத்தில் வரும் ஸ்ரீதேவி பாத்திரம், படித்து விட்டு கிராமத்திலிருக்கும் இளம்பெண். அந்த வயதுக்குரிய கனவுகள், பிரமிப்புகள், மயக்கங்கள் எல்லாமே அந்தப் பாத்திரத்தில் கலைநயத்தோடு சொல்லப்பட்டிருந்தது. அது மட்டுமல்ல... சப்பாணி, பரட்டை பாத்திரங்களும் கிராமங்களில் நான் கண்கூடாக பார்க்கக் கூடியவை. அவர்களைச் சுற்றி நடைபெறும் சம்பவங்களில்கூட, அனாவசிய கற்பனைகளும் தடாலடி திடீர் திருப்பங்களும் கிடையாது. அந்தப் பாத்திரங்களின் ஆசைகளும் சரி, தோல்விகளும் சரி... மிகவும் இயல்பாக, ரோஜா மலரின் மொட்டவிழ்வதுபோல் சுகமாகவும், சுருதி லயத்தோடும் சித்தரிக்கப்பட்டிருந்தன. தான் வளர்ந்த வீட்டிலுள்ள பெண்ணின்மீது அழகான பாசத்தை வளர்த்துக் கொள்ளும் சப்பாணிகள், மக்களுக்குப் புதியவர்கள் அல்ல. வெளியூரிலிருந்து வரும் சபல புத்தியுள்ளவர்கள், பொழுது போக்குக்காக கிராமத்து விடலைப் பெண்களை வளைத்துப் போடப் பார்ப்பதும் கற்பனையல்ல.' இந்த எதார்த்தங்களை மக்களின் ரசனை 'கப்'பென்று பிடித்துக்கொண்டது! படம் பார்த்தவர்களில் பெரும்பான்மையானவர்கள் எப்படியோ ஒரு விதத்தில் பாதிக்கப்பட்டார்கள்.

அதேபோல், 'கிழக்கே போகும் ரயிலில்' இடம் பெற்ற பாத்திரங்களும், மிக மிக சாமானியமானவர்களாகவும் மக்களால் உணர்வுபூர்வமாக தம்தம் சொந்த பந்தங்கள் என்று ஏற்றுக் கொள்ளப்படுபவர்களாகவும் இருந்தார்கள்.

கவிதை ஆர்வம்கொண்டு அதைப் புரிந்து கொள்ளாதவர்கள் மத்தியில் அவதிப்படும் இளைஞர்கள் இன்றும் லட்சோபலட்சம் பேர் இருக்கிறார்கள். அவனே வசதிக்குறைவான தாழ்த்தப்பட்ட ஜாதியில் பிறந்திருந்தால், ஊரே அவனை புழுவாகப் பார்ப்பது எதார்த்த நிலை! அதேபோல் பாஞ்சாலி கேரக்டரும், பெரிய பெரிய லட்சியங்களும் தத்துவமும் பேசாமல், கிராமத்து நம்பிக்கைகளோடு வாழும் இளம் பெண். அவர்களைச் சுற்றி இயங்கும் பண்ணையார், பட்டாளத்தான் எல்லோருமே எதார்த்தத்தைப் பேசினார்கள். ஆனால் நயத்தோடும் நறுக்கென்றும் பேசினார்கள். இது என் மனதில் ஒரு விழிப்புணர்ச்சியை சுவாசிக்க வைத்தது.

அதன் பிரதிபலிப்பே நான் டைரக்ட் செய்த முதல் படமான 'சுவர் இல்லாத சித்திரங்கள்!'

கோயம்புத்தூரில் நான் இருந்த பகுதியில் ஒரு குடும்பம் இருந்தது. ஒரு அம்மா, அவர்களுடன் வயசுக்கு வந்த இரண்டு மூன்று பெண்கள். அவர்களுக்கு கீழே வாண்டுகளாக ஒன்றிரண்டு பேர். அந்தப் பெரிய குடும்பத்துக்கு தலைவன் இல்லை. அந்த அம்மாவின் புருஷன் ஓடிப் போய்விட்டார். திக்கற்றவர்களாய் போய்விட்ட அந்த குடும்பத்தைக் காப்பாற்ற தாயும் பிள்ளைகளும் அரும்பாடு பட்டனர். Survival என்ற உயிர் வாழும் பிரச்சனையில் குடும்பமே உழன்றுகொண்டிருந்தது. அம்மாவும், பெரிய பெண்களும் தையல் வேலை போன்று சின்னச் சின்ன குடும்ப வேலைகளைச் செய்து, வயிற்றைக் கழுவிக்கொண்டிருந்தார்கள். ஆனால், அவர்களைப் பற்றி பேசாதவர்கள் எங்கள் வட்டாரத்திலேயே கிடையாது!

"எப்படிப்பா ஆம்பளத் துணை இல்லாம குடும்பம் நடக்குது? என்னமோ நடக்குது!" என்று நையாண்டியாகப் பேசுவார்கள் சிலர்.

"பாவம்ப்பா! புருசன் ஓடிப் போயிட்டதால அந்த அம்மா, புள்ளைங்களை வெச்சுக்கிட்டு என்ன பாடு படுது..." என்று அனுதாப் படுபவர்களும் உண்டு.

"புருசன் ஓடிப் போயிட்டான்னு அந்தம்மா கவலைப் படுதா பார்... சரியான நெஞ்சழுத்தம்ப்பா!" என்று குத்தலாகப் பேசுபவர்கள் சிலர்.

"அந்த வீட்டுப் பக்கம் போனா பொழுது போகும்ப்பா, லட்டு மாதிரி குட்டிங்க..."- இப்படி சலனப்பட்டு வளைய வந்தவர்களும் உண்டு.

ஆக, வெவ்வேறு கோணத்தில் பேசினாலும், எல்லோரும் அவர்களைப் பற்றி பேசுகிறார்கள். எல்லோருடைய கவனத்தையும் அவர்கள் கவர்ந்திருந்தார்கள். கனத்த சோகங்களை மனதில் சுமந்துகொண்டு, ஏச்சு பேச்சு எதைப் பற்றியும் கவலைப்படாமல், வாழ்க்கை ரேஸில் தட்டுத் தடுமாறி ஓடிக்கொண்டிருந்த அந்தக் குடும்பம், என் மனதை பாதித்திருந்தது.

இப்படிப்பட்ட குடும்பம், ஊருக்கு ஒன்றாவது இல்லாமல் இருக்காது. பொறுப்பற்ற ஆண்கள் எல்லா ஊரிலும்தான் இருக்கிறார்கள். இப்படி ஒரு குடும்பமே என் 'சுவர் இல்லாத சித்திரங்கள்' படத்திற்கு கதையானது.

அந்தப் படம் பெரிய வெற்றிப் படம் அல்ல. ஆனால், பல வெற்றிப் படங்களை பிற்காலத்தில் நான் தருவதற்கு எனக்கு தன்னம்பிக்கையை அளித்த படம்! சினிமா உலகில் நான்

காலூன்றிக் கொள்வதற்கு வசதியாக என்னைச் சுற்றி எதிர்பார்ப்பு அலைகளை ஏற்படுத்திய ஒரு சுமாரான வெற்றிப்படம். புதியவனான நான், பத்திரிகை விமர்சனத்தில் பாஸ்மார்க் வாங்கவும், சினிமா உலகில் பலருடைய பார்வை என்மீது படவும் ஒரு அடித்தளம் அமைக்க நான் தேர்ந்தெடுத்த கதைதான் அது!

அப்படியொரு தலைவன் இல்லாத ஏழைக் குடும்பத்தைச் சேர்ந்த இளம் பெண்ணின் மனதில் ஏற்படும் காதல்... அந்தக் காதலுக்கும் குடும்பப் பாசத்துக்கும் இடையே அவள் படும் பாடு, சோதனை... இவற்றை இயல்பான மற்ற கேரக்டர்களுடன் நகைச்சுவை கலந்து கொடுத்தேன்.

இத்தனைக்கும் அது 'ஆன்ட்டி' கிளைமாக்ஸ் முடிவைக் கொண்டது. அந்த சோகம் எதார்த்தமாக இருந்ததால், ரசிகர்கள் மனம் ஒன்றி ரசித்தார்கள். ரசிகர்களின் அடி மனதில் ஒட்டுதலுக்குரியதாக இல்லாத, கற்பனைப் பிரச்சனையாக கதை அமைந்திருந்ததால்... முதல் படமே என்னைத் தூக்கி எறிந்திருக்கும்!

என்னைக் காப்பாற்றியது மிக இயல்பான, மனிதர்கள் மத்தியில் நான் தேடிய எதார்த்தமான கதை, வாழ்க்கையோடு ஒட்டிய சம்பவங்கள் இவைதான். அவற்றில் எனக்கு ஏற்பட்ட உறுதியே... துணிச்சலாக ஒரு 'ஆன்ட்டி' கிளைமாக்ஸ் முடிவுடன் முதல் படத்தைத் தரவைத்தது!

சினிமாக் கதை விஷயத்தில், அது என்றும் மாறாத 'எவர்கிரீன்' ஃபார்முலா. ரசிகர்களை பாதிக்காத, அவர்களுக்கு நெருக்கமில்லாத விஷயங்கள் எப்போதுமே வழுக்குப் பாறைகள். ரொம்ப பெரியவர்களையும் அது காலை வாரி விட்டுவிடும்.

நான் சொன்ன இந்த விஷயங்களில் சற்று ஏமாந்ததால், நானேகூட பாதிக்கப்பட்டிருக்கிறேன். அதுபற்றி இன்னொரு சந்தர்ப்பத்தில் பேசுவோம்.

●

4

சினிமா உலகத்தில் ரொம்பவும் செல்வாக்கான விஷயம் ஒன்று உண்டு. அதுதான் 'சென்டிமெண்ட்' இது நுழையாத இடமே கிடையாது. படத்தின் டைட்டில், கதை, கேரக்டர், முடிவு–இப்படி ஒவ்வொன்றிலும் ஒரு சென்டிமெண்ட் இருக்கும்!

நான் டைரக்ட் செய்த முதல் படத்துக்கு 'சுவர் இல்லாத சித்திரங்கள்' என்று பெயரிட்டேன். 'ஒரு குடும்பத்துக்கு ஆண் துணை என்பது சுவர்போல. மற்றவர்கள் எல்லாம் அதை ஆதாரமாகக் கொண்ட சித்திரங்கள்தாம்' என்ற கருத்தில், 'சுவர் இல்லாத சித்திரங்கள்' என்று மிகவும் எதார்த்தமாக பெயரிட்டு, அறிவித்தேன். உடனே பலரும், "டைட்டில் ராங் சென்டிமெண்டா அறம் பாடின மாதிரி இருக்கு" என்று ஆரம்பித்துவிட்டார்கள். 'ஓடாதே நில்' என்று தலைப்பு வைத்ததால், ஒரு படம் நின்றே போய்விட்டது. 'தப்பி ஓடிய கைதி' என்று பெயர் வைத்ததால் அது ஓடியே போயிற்று – இப்படி பல உதாரணங்களைக் கூறி என்னை எச்சரித்தார்கள். நல்லெண்ணத்துடன், எனக்கு ஒரு தப்பு நடந்துவிடக்கூடாதே என்ற உணர்வுடன்தான் என் நண்பர்கள் அப்படி எச்சரித்தார்கள். என்றாலும் என் மனதில் அந்தத் தலைப்புதான் சப்ஜெக்ட்டுக்கு பொருத்தமானது என்று தோன்றியது. முதல் படமாக இருந்தும், தேவையில்லாத சென்டிமெண்ட்டுக்கு இணங்க என்னால் முடியவில்லை. அது பிடிவாதம் இல்லை. என் மனதில் இயல்பாகவே உள்ள உறுதி! ஒருவேளை, உன் சப்ஜெக்ட்டுக்கு இதைவிட பிரமாதமான டைட்டில் இருக்கிறது என்று யாராவது சுட்டிக் காட்டியிருந்தால், நான் நிச்சயமாக அதை பரிசீலித்திருப்பேன். வெறுமனே சென்டிமெண்ட்டைக் காட்டியதில் எனக்கு உடன்பாடில்லை.

அடுத்த படத்தில் இன்னொரு விதமான சென்டிமெண்ட்டின் பாதிப்பு.

ஒருதலைக் காதலை உணர்த்தும்விதமாக 'ஒரு கை ஓசை' என்று பெயரிடப்பட்ட அந்தப் படத்தின் கதாநாயகன் ஒரு ஊமை. நான் ஏற்றிருந்த பாத்திரம் அது. நண்பர்கள் எல்லோரும், "வாய் பேசமுடியாத பாத்திரம் தமிழ்ப் படங்களில் ஒர்க் அவுட் ஆகவில்லை, அந்த கேரக்டரை மாற்றி அமையுங்கள்" என்று நிர்ப்பந்தித்தார்கள். அந்த சென்டிமெண்ட்டை என்னால் ஏற்றுக்கொள்ள முடியவில்லை. ஒரு படத்தின் வெற்றிக்கு ஒரு கதாபாத்திரம் மட்டுமே காரணம் அல்ல. மக்களுக்கு பிடிக்கிற மாதிரி திரைக்கதை சம்பவங்கள், இப்படி எத்தனையோ வேண்டும் என்பதில் உறுதியாக இருந்தேன். ஆனால் சிலர் "நீங்கள் காமெடியாகப் பேசி கலகலப்பை உண்டாக்கக் கூடியவர். வாய் பேசமுடியாமல் இருந்தால் படம் பாதிக்கும்" என்றபோது, இந்த வாதத்தில் ஓரளவு நியாயம் இருப்பதாக எனக்குத் தோன்றியது. எனவே, ஊமை கேரக்டராக இருந்தாலும், அந்த பாத்திரம்மூலம் சொல்லவேண்டிய விஷயங்களை, சரியான காட்சியமைப்புகள் மூலமும் உத்திகள் மூலமும், தெளிவாக, எல்லோருக்கும் புரியும்படி சொல்கிறோமா என்று பலமுறை சரி பார்த்துக் கொண்டேன். என்னுடைய இயல்பான நகைச்சுவை தெளிவாக வெளிப்படுகிறதா என்பதில் கவனம் செலுத்தி, நுணுக்கமாக அதை அமைத்துக்கொண்டேன். அதன் பின் தன்னம்பிக்கையுடன் படிப்பிடிப்பைத் தொடங்கிவிட்டேன்!

'திறந்த மனதோடு விமர்சனங்களைப் பரிசீலிக்க வேண்டும். அதில் சிறிதளவு விஷயம் இருந்தாலும், அதை புறக்கணிக்காமல் நம் கதையமைப்பை செப்பனிட்டுக் கொள்ள வேண்டும்' என்ற என் இயல்பான மனோபாவம் 'ஒரு கை ஓசை' பாத்திரத்தை வித்தியாசமாகவும் நகைச்சுவையோடும் கையாண்டு வெற்றி பெற எனக்கு உதவியது.

'மௌன கீதங்களிலும்' நண்பர்கள் ஒரு குறை கூறினர் அதில் குட்டி குட்டியாக நிறைய ஃப்ளாஷ் பேக்குகள் வரும். "இவ்வளவு ஃப்ளாஷ் பேக்குகள் பொதுவாக திரைக்கதையில் அமையக்கூடாது. அது கதையோட்டத்தை தேங்கச் செய்யும். சுவாரஸ்யத்தைக் குறைக்கும்" என்றார்கள். ஆனால் எனக்கோ ஃப்ளாஷ் பேக்குகளை மாற்ற வேண்டும் என்று தோன்றவில்லை. ஏனென்றால் அந்த முறையில் சொன்னால்தான் நான் நினைத்தபடி கதை சொல்ல முடியும் என்று எனக்குள் உறுதி ஏற்பட்டிருந்தது. ஆனால் நண்பர்கள் தெரிவித்த பயத்தை நான் புரிந்துகொண்டேன். ஃப்ளாஷ் பேக்குகள் கதையோட்டத்தை தேக்காமல், சுவாரஸ்யமாக அமைந்தால் அந்தப் பிரச்சனை சரியாகிவிடும் என்று, மீண்டும் திரைக்கதை

அமைப்பை அசை போட்டுப் பார்த்தேன். எங்கேயாவது நெருடல் இருக்கிறதா என்று ஆராய்ந்தேன். அப்படித் தோன்றவில்லை. ஓரிரு இடங்களில் சிறிது இம்ப்ரூவ்மெண்ட் செய்ய வேண்டும் என்று மட்டும் தோன்றியது. அதைச் செய்து விட்டு, ஏற்கனவே நிறைய ஃப்ளாஷ் பேக்குகளுடன் அமைந்திருந்த 'அந்த நாள்' (அமரர் எஸ் பாலச்சந்தரின் டைரக்‌ஷனில் வெளிவந்தது) வெற்றி பெற்றிருந்த விஷயத்தை மனதில்கொண்டு துணிவோடு படத்தை ஆரம்பித்து விட்டேன். எனக்கு முதன் முதலாக சில்வர் ஜுப்ளி வெற்றியை தேடித் தந்த படம் அது! மற்றவர்களின் பயத்துக்கு நான் இணங்கி திரைக்கதை அமைப்பில் மாற்றம் செய்திருந்தால் இந்த வெற்றி எனக்கு கிடைத்திருக்காது.

படத் துறையைச் சேர்ந்த நண்பர்களின் 'பழைய ஃபார்முலா, சென்டிமெண்ட்' என்ற பயமுறுத்தல்களுக்கு அவ்வளவு எளிதில் விட்டுக் கொடுக்காத என்னை ஒரு புது ரூட்டில் சிந்திக்க வைத்து, ஒரு தனிப் பாணியை அமைத்துக்கொள்ள வைத்த பெருமை ஒரு ரசிக அன்பரைச் சேரும்.

'சுவர் இல்லாத சித்திரங்கள்' படம் வெளியாகியிருந்த சமயம் அடுத்த பட டிஸ்கஷனுக்காக என் உதவியாளர்களுடன் திருப்பதிக்கு போய்க்கொண்டிருந்தேன். 'நகரி' என்ற ஊரில் இறங்கி காபி சாப்பிட விரும்பினோம். நானும் உதவியாளர்களுடன் ஹோட்டலுக்குச் சென்றேன். அப்போது நான் மிகவும் பிரபலமான நிலையில் இருந்ததாகச் சொல்ல முடியாது. 'புதிய வார்ப்புகள்' 'கன்னிப் பருவத்திலே' படங்களில் நடித்திருந்தேன். 'சுவர் இல்லாத சித்திரங்கள்' படத்தில் நடித்து, டைரக்ட் செய்திருந்தேன். அவ்வளவுதான்! இந்த நிலையில், ஆந்திராவில் உள்ள நகரியில் நம்மை யார் அடையாளம் தெரிந்துகொள்ளப் போகிறார்கள் என்று சுற்றுப்புறத்தில் உள்ளவர்களைக் கண்டு கொள்ளாமல் காபி சாப்பிட்டுக் கொண்டிருந்தேன்.

ஆனால், ஹோட்டலுக்குள் இருந்த ஒருவர், சற்றுநேரம் என்னை உற்றுப் பார்த்துக்கொண்டிருந்து விட்டு வேகமாக என்னருகே வந்து, "ஒரு சில்வர் ஜுப்ளி படத்தை அநியாயமா கெடுத்து, சாதாரண நூறு நாள் படமாக்கிட்டீங்களே..." என்று என்னைப் பார்த்து வேகமாக வார்த்தைகளை வீசினார்.

திடீரென்று எதிரே தோன்றிய அவர் என்ன சொல்கிறார் என்று புரியாமல் நான் விழித்தேன். அசிஸ்டெண்டுகள் அந்த நபரைப் பார்த்து கோபமாக முறைத்தார்கள்.

அவர் எதைப் பற்றியும் கவலைப்படாமல், “நீங்கள் பாக்யராஜ் தானே என்று உறுதிப்படுத்திக் கொண்டார்.

“ஆமாம்” என்றேன் தடுமாற்றத்துடன்.

“உங்கள் ‘சுவர் இல்லாத சித்திரங்கள்’ படத்தைதான் சொல்கிறேன். ஃபர்ஸ்ட் ஹாஃப் எவ்வளவு கலகலப்பாக இருந்தது! செகண்ட் ஹாஃபில் சாவுக்குமேல் சாவு! இழவு வீட்டிற்கு போய்விட்டு வந்த மாதிரி பண்ணிவிட்டீர்களே! இப்படி பண்ணினதாலே, ‘ஓஹோ’ன்னு பிய்ச்சுக்கிட்டு போக வேண்டிய படம்... நூறு நாளோட போயிருச்சு” என்று வயிற்றெரிச்சலுடன் ஆதங்கப்பட்டு கத்தினார்.

நான் அப்படியே அசந்து போய்விட்டேன். ஒரு நடிகனைப் பார்த்தால், மகிழ்ச்சியை வெளிப்படுத்தி ஓரிரு வார்த்தைகள் சொல்லி, பாராட்டு தெரிவிப்பதைத்தான் நான் அறிந்திருக்கிறேன். இப்படி ஒரு உள்மனது வேகத்துடன் என்னை உலுக்கி எடுத்தது புது அனுபவமாகவும் விழிப்புணர்ச்சியாகவும் இருந்தது!

அதுவரை, படத்தைப் பார்த்துவிட்டு வெளியே வருபவர்களின் முகம் சோர்வாக இருப்பதற்குக் காரணம், ‘நாம் கொடுத்த ட்ராஜிடியில் ரசிகர்கள் ஒன்றி ரசித்திருப்பதுதான்’ என்று ஒரு பிரமையில் இருந்த எனக்கு உண்மையான விமர்சனம் அந்த நகரி நண்பர் மூலம்தான் கிடைத்தது.

நம்மிடமிருந்து இப்படி ஒரு ஹெவி ட்ரீட்மெண்ட்டை மக்கள் எதிர்பார்க்கவில்லை எதையும், அது கனமான விஷயமாக இருந்தாலும் Lighter velu – நகைச்சுவையோடு, கலகலப்பாக சொல்வதுதான் மக்களுக்குப் பிடிக்கிறது என்ற தாரக மந்திரத்தை அந்தக் கணமே என் மனதில் நான் ஏற்றுக்கொண்டேன். இரண்டாவது படத்திலிருந்து பாக்யராஜின் வித்தியாசமான பாணி அமைய, அந்த நண்பரின் உண்மையான விமர்சனம் உதவியது.

●

5

சினிமாவில் ஒரு சுவாரஸ்யமான அம்சம் உண்டு. நமக்குத் தெரிந்த சில விஷயங்களையும் பாடங்களையும் வைத்து ஒரு படம் எடுப்போம். படம் வெளியாகி, மக்கள் மத்தியில் சென்ற பிறகு அதன் வெற்றியோ, தோல்வியோ... நமக்கு சில புதிய விஷயங்களை கற்றுத் தரும்.

வெற்றி பெற்றாலும் தோல்வி அடைந்தாலும், 'அதற்கான காரணம் என்ன?' என்று ஒரு விமர்சனக் கண்ணோட்டத்துடன் அலசிப் பார்த்தால்-அந்தப் புதிய விஷயங்கள் புலனாகும்.

அப்படி சில பாடங்களை எனக்கு கற்றுத் தந்த படங்களில் ஒன்று 'மௌன கீதங்கள்'

பொதுவாக, சினிமாக் கதைகளைப் பேசும்போதே, 'ஹீரோ,' 'ஹீரோயின்' என்றதும், அவனுடைய அப்பா, அம்மா, அண்ணன், தம்பி, தங்கை யார்? குடும்பப் பின்னணி என்ன? என்பதை திரைக்கதையில் இடம்பெறச் செய்வார்கள்.

ஆனால் 'மௌன கீதங்கள்' படத்தில் ஹீரோவாகிய எனக்கு ஒரு குடும்பப் பின்னணியே சொல்லப்படவில்லை! இதை நான் முன் யோசனையுடன் தவிர்த்ததாகக் கூற முடியாது. எதார்த்தமாகவே திரைக்கதை அமைப்பில் விடுபட்டுப் போன விஷயம் அது. காரணம், நான் எடுத்துக்கொண்ட விஷயத்தைச் சொல்ல அப்பா, அம்மா கேரக்டர்கள் தேவைப்படவில்லை. ஒரு சம்பிரதாயத்துக்காக அவற்றை வலுக்கட்டாயமாக அமைத்து, திரைக்கதைக்குள் திணிக்கத் தோன்றாததால், அவற்றைக் கை விட்டிருந்தேன். அதே சமயம், கதாநாயகியின் குடும்பப் பின்னணி அவர்களுடைய பொருளாதார நெருக்கடி இவற்றை விரிவாகவே வெளிப்படுத்தியிருந்தேன். ஏனென்றால் இன்டர்வியூ காட்சிகளில் கதாநாயகனை ஏமாற்றுபவளாக கதாநாயகி வருவாள். ஒரு

குடும்பப் பெண் அப்படி ஒரு காரியத்தைச் செய்ய வேண்டும் என்றால் அவளுக்கு ஒரு அனுதாபத்துக்குரிய பின்னணி இருக்க வேண்டும் என்பதற்காகவே அப்படி அவள் குடும்பச் சூழ்நிலையை சித்தரித்திருந்தேன்.

இதன் காரணமாக கடைசியில் கதையின் போக்கு ஹீரோ–ஹீரோயின் மகன் என்ற மூன்று பேரை மட்டுமே சுற்றிச் சுற்றி நகர்ந்தது. ஒவ்வொரு ஃப்ரேமிலும் இவர்கள்தான் தொடர்ந்து வந்துகொண்டிருந்தார்கள். அப்போதுதான் எனக்கு லேசாக உறுத்தல். கதாநாயகனை குடும்பப் பின்னணி இல்லாமல் செய்து கதையை ஒரு குறிப்பிட்ட மூன்றே பாத்திரங்களுக்குள் வைத்து நகர்த்துகிறோமே! நம் 'சிங்கிள் டிராக்' (Single Track) ஏதாவது பிரச்சனையாகி விடுமோ என்று நான் கவலைப்பட்டேன். என் கவலைக்கு ஒரு பின்னணியும் உண்டு. டைரக்டர் பாலசந்தர் சாரின் 'அவள் ஒரு தொடர்கதை' என்னை மிகவும் கவர்ந்த படம். கோயம்புத்தூரில் நான் இருக்கும்போது அது ரிலீஸ் ஆனது. முதல் நாள் பார்த்து விட்டு, மறுநாளும் தொடர்ந்து போய்ப் பார்த்தேன்! அந்த அளவு என்னைக் கவர்ந்தது அது. அந்தப் படத்தில், பாலசந்தர் அவர்கள் ஏகப்பட்ட கேரக்டர்கள் வைத்திருந்தார். அத்தோடு, ஒவ்வொரு கேரக்டருக்கும் ஒரு பின்னணி அமைத்திருந்தார். படம் கலகலவென்று பல டிராக்குகளின் பின்னல்களில் களையோடு செல்லும்.

என் 'மௌன கீதங்கள்' இதற்கு நேர்மாறானது. 'அவள் ஒரு தொடர்கதை'யை ரசித்த மக்கள், என் 'மௌன கீதங்களின்' சிங்கிள் டிராக்கை மூன்றே மூன்று கேரக்டர்கள் படம் முழுக்க தொடர்ந்து வருவதை ரசிப்பார்களா என்ற அச்சம் எனக்குள் இருந்தது.

ஆனால் என் பயத்தை மீறிக் கிடைத்த படத்தின் வெற்றி, எனக்கு ஓர் உத்தரவாதமான பாடத்தை உறுதிப்படுத்தியது. கதையின் மேட்டரைச் சொல்வதற்கு எவ்வளவு கேரக்டர்கள் தேவையோ, அவ்வளவு அமைத்தால்போதும். சம்பிரதாயத்துக்காக அப்பா, அம்மா, தம்பி, தங்கை என்று கும்பலை படத்துக்குள் திணிக்க வேண்டியதில்லை என்று தெளிவானது. அதேசமயம் பாலசந்தர் சார், ஒரு குடும்பத்தின் பிரச்சனையையே கதை மையமாக எடுத்துக்கொண்டதால்தான், அவ்வளவு விரிவாக கேரக்டர்களைப் படைத்திருந்தார்.

ஆக, அவர் அருமையாக உருவாக்கிய பல கேரக்டர்கள் படமும் வெற்றிகரமாக ஓடியது. கதைக்குத் தேவையான அளவு நான் அமைத்த மூன்று முக்கிய கேரக்டர்கள் படமும் ஓடியது.

அதற்கு அடுத்த முன்னேற்றமாக ஒரு கேரக்டர் மட்டும் இடம் பெற்ற ஒரு ஆங்கிலப் படமும் சிறந்த வெற்றி பெற்ற செய்தி, நான் கற்ற பாடத்தை உறுதிப்படுத்தியது.

'ஸ்பீல் பெர்க்' (Spiel Berg) என்ற சிறந்த டைரக்டரின் 'Duel' என்ற படம் அது. அதில் கதாபாத்திரம் ஒரே ஒருவர்தான். அந்தக் கதையின் சாராம்சம் இது:

ஒரு நெடுஞ்சாலையில் ஒரு ஹீரோ, தன் காரை ஓட்டிக்கொண்டு செல்கிறான். அவனுக்கு முன்பாக ஒரு டிரக், அவனுக்கு வழி விடாமல் சாலையை மறித்துக்கொண்டு செல்கிறது.

காரில் இருக்கும் ஹீரோ, அடிக்கடி 'ஹாரன்' அடித்துப் பார்க்கிறான். ஆனால் டிரக்காரன் இடம் கொடுப்பதாக இல்லை. பிடிவாதமாக, இப்படி ஒருவன் தன்னை ஓவர் டேக் செய்ய வழி கேட்பதை விரும்பாதவனைப் போல், அடமாக டிரக்காரன் போய்கொண்டிருக்கிறான். எரிச்சலடைந்த ஹீரோ, சந்தர்ப்பம் பார்த்து, டிரக்காரன் வழி கொடுக்காத நிலையிலேயே, சாமர்த்தியமாக சந்தில் புகுந்து, சட்டென்று ஓவர் டேக் செய்து விடுகிறான்!

அப்படி முன்னே சென்ற ஹீரோ, ஒரு சாலையோர சிற்றுண்டிக் கடையில் சாப்பிட்டுக்கொண்டிருந்த இடைவேளைக்குள், மீண்டும் டிரக்காரன் முந்திவிடுகிறான்.

ஹீரோ மீண்டும் காரை எடுத்துக்கொண்டு, நெடுஞ்சாலையில் செல்லும்போது அதே டிரக்காரன் நந்தியாக முன்னே போகிறான். மீண்டும் இருவருக்குமிடையே 'வழி கேட்கும்' போராட்டம் டென்ஷனுடன் தொடர்கிறது. ஹீரோ, 'ஹார்ன்' ஒலியால் நச்சரிக்க ஆரம்பிக்கும்போது, திடீரென்று டிரக்காரன் தன் கை ஜாடையால் வழி கொடுக்கிறான்! பரம உற்சாகத்தில் ஹீரோ டிரக்காரனை ஓவர் டேக் செய்யும்போதுதான்... எதிர்புறத்தில் பேய் வேகத்தில் ஒரு வாகனம் சீறி வருவது தெரிந்தது. டிரக்காரன் வேண்டுமென்றே வழி கொடுத்து, ஹீரோவ எதிரே வரும் வாகனத்தில் அடிபடச் செய்ய திட்டமிட்டிருக்கிறான்! ஒரு கணத்துக்குள் சுதாரித்து, காரை ஒடித்துத் திருப்பி... ஹீரோ தப்பித்துவிட்டான். அப்படி முன்னேறி, சாலையோரத்தில் உள்ள ஒரு டெலிபோன் பூத்தில் நின்றுகொண்டிருக்கிறான் ஹீரோ. போன் செய்துகொண்டிருக்கிறான் ஹீரோ. அச்சமயம் திடீரென்று ஒரு பயங்கரக் காட்சி, அவனை அதிர்ச்சியில் உறைய வைக்கிறது. தான் ஓவர் டேக் செய்துவந்த டிரக்காரன், மிகவும்

மூர்க்கமாக, பயங்கர வேகத்துடன் டெலிபோன் பூத்தை நோக்கி வந்துகொண்டிருப்பதைப் பார்த்தான். பூத்தோடு ஹீரோவை வைத்து, அடித்து நொறுக்கிவிடுவதென்பது அவனுடைய வெறியாக இருந்தது.

கண நேரத்திற்குள் டெலிபோன் பூத்திலிருந்து எகிறிக் குதித்து உயிர் தப்புகிறான் ஹீரோ.

ஒருவழியாக ஒரு சாலையோர மோட்டலுக்கு வருகிறான் ஹீரோ. அங்கே பல டிரக்குகள் நிற்கின்றன. அவற்றுள் அவனை கொலை வெறியுடன் விரட்டி வந்த டிரக்கும் ஒன்று! ஹீரோ காபி சாப்பிட்டு விட்டு, வேகமாக காரை எடுத்துச் செல்கிறான். அவன் கண் பார்வை எல்லைக்குள் டிரக் இல்லை. 'அப்பாடா' என்ற நிம்மதியுடன் காரை ஓட்டிச் செல்லும்போது, ஒரு கிளை பாதை மறைவிலிருந்து டிரக் அவனைத் தொடர்கிறது. (அதிலிருந்து கிளைமாக்ஸ் 'பில்ட் அப்' செய்யப்படுகிறது. டிரக்காரன் விரட்டிப் பிடித்து, காரை துவம்சம் செய்துவிடும் வெறியில் தொடர்கிறான். ஹீரோவின் கார், பரிதாப நிலையில் ஓடிக்கொண்டிருக்கிறது. எந்த நேரத்திலும் டிரக் பூதம் அவனை அடித்துத் தூக்கி எறிந்து விடும் என்ற நிலை. நாற்காலியின் விளிம்புக்கு பார்வையாளர்கள் செல்லும் அளவு டென்ஷன்! எப்படியாவது அந்த ஹீரோ தப்பி விடமாட்டானா என்று நாம் பரிதவிக்கிறோம். (இன்னமும் டிரக் வில்லன் முகம் காட்டப்படவில்லை!)

இந்தச் சமயத்தில் ஒரு அதல பாதாளமான பள்ளத்தாக்கு அருகே இருப்பதை எச்சரிக்கும் அறிவிப்புப் பலகை தென்படுகிறது.

ஹீரோ, ஒரு முடிவுடன் அந்த எல்லை வரை சென்று, காரை விட்டு, சாமர்த்தியமாக வெளியே குதித்துவிடுகிறான்.

டிரக்காரன் வெறியுடன் பாய்கிறான். அறிவிப்புப் பலகையை கவனிக்காமல், குரோதம் கண்ணை மறைக்க... காரை மோதுகிறான். காரோடு பள்ளத்தாக்கில் விழுகிறான்! சாலையில் தன்னிடம் வழி கேட்டுத் தொந்தரவு செய்ததால் ஏற்பட்ட கோபத்தால், இப்படி ஒரு கொலை முயற்சியில் ஈடுபட்டு அழிந்தான் டிரக்காரன் என்பதுதான் கதை! கடைசி வரை டிரக் வில்லனை காட்டவே இல்லை.

இப்படி–

கொத்தும் குலையுமாக கிளைக் கதைகளை அமைத்து, பாலசந்தர் சார் தந்த 'அவள் ஒரு தொடர்கதை'யும் அமோகமாக வெற்றி பெற்றது.

மூன்று முக்கியப் பாத்திரங்களை வைத்து நான் சொன்ன 'மௌன கீதங்களும்' வெற்றி பெற்றது.

ஒரே பாத்திரத்தில் அமைந்த 'Duel'ம் வெற்றி கண்டது.

எதிர்காலத்தில் இன்னும் எவ்வளவோ மாற்றங்கள் வரலாம்!

ஆக, ஒரு படத்தின் வெற்றிக்கு நிறைய கதாபாத்திரங்கள் வேண்டும் என்பதோ அல்லது நிறைய கிளைக் கதைகள் வேண்டும் என்பதோ லாஜிக்கோ, நிர்ப்பந்தமோ அல்ல. கதையின் கரு முக்கியம். அதையொட்டி, கிளைக் கதைகளும் நிறைய கதாபாத்திரங்களும் உருவாக்குவது அவரவர் ரசனையே தவிர, அவசியமல்ல என்று புரிந்துகொண்டேன்.

●

6

“**நா**லு வரியில் கதை சொல்லப்பா...” காலம் சென்ற உயர்திரு. சாண்டோ சின்னப்பா தேவர் அவர்களிடம் முதன்முதலாக நான் கதை சொல்லச் சென்றபோது, அவர் போட்ட அதிரடி இது!

அதைக் கேட்டதும் அப்படியே நொந்து போய்விட்டேன். பிரமாதமாக காட்சிகளையும் ‘பஞ்ச் டயலாக் குகளையும் கற்பனை செய்து வைத்துக்கொண்டு ‘கதை கேட்பவரை அசத்தி விட வேண்டும்’ என்று மனதுக்குள் ஏகப்பட்ட ஒத்திகைகளை பார்த்துவிட்டுச் சென்ற என்னை, அவருடைய அதிரடி நெத்தி அடியாய் அடித்து, சுருட்டிப் போட்டுவிட்டது.

‘என்னது? ரெண்டரை மணி நேரம் ஓடவேண்டிய கதையை நாலு வரியில் எப்படிச் சொல்வது? மலைப்பாக இருந்தது. அதனால் என்னால் அப்படிச் சொல்ல முடியவில்லை. எதையெதையோ சொன்னேன். அவருக்கு ஒரே சலிப்பு.

“குப்பை... குப்பை!” என்று எனக்கு ஒரு ‘குட்டை’ போட்டு வெளியே அனுப்பிவிட்டார்.

இதனால் ஏற்பட்ட ஆரம்ப கோபமும், எரிச்சலும் அடங்கிய பின், நான் நிதானமாக யோசித்துப் பார்த்தேன். பல வெற்றிப் படங்களை தொடர்ந்து தயாரித்துக்கொண்டிருப்பவர், புரட்சித் தலைவர் படங்களை எடுத்துக்கொண்டிருப்பவர்... ஏதோ ஒரு விஷயம் இல்லாமல் அப்படிச் சொல்வாரா?

யோசிக்க யோசிக்கத்தான் அந்த உண்மை உறைத்தது.

‘அவ்வளவு பெரிய ஆலமரத்தின் வித்து, கடுகளவுதானே இருக்கிறது. அதேபோல், எவ்வளவு பெரிய படத்தின் கதையும் ‘நறுக்’கென்று நாலு வரியில் சொல்லக்கூடியதாகத்தானே இருக்கும்’ என்று புரிந்தது.

அதற்குப் பிறகு வெற்றி பெற்ற எல்லாக் கதைகளுமே 'நாலு வரியில் எப்படி அமைந்திருக்கிறது?' என்று ஆராய்ச்சி செய்ய ஆரம்பித்தேன்.

சிவாஜி மூன்று ரோல்களில் நடித்து வெற்றிபெற்ற படம், "தெய்வ மகன்'. அந்தக் கதையின் 'நாலு வரி சாராம்சம்' ஒரு காட்சியிலேயே வந்து விடுகிறது.

ஒரு பணக்காரன் (சிவாஜி) தனக்கு குழந்தை பிறந்துவிட்டது என்ற செய்தி கேட்டு, உற்சாகமாக வேலைக்காரர்களுக்கும், நண்பர்களுக்கும் ஸ்வீட் வழங்கி, ஆனந்தக் கூத்தாடிக்கொண்டு, ஆஸ்பத்திரிக்கு வருகிறார். பிறந்த குழந்தையைப் பற்றி ஒரு தகவல் சொல்கிறார் டாக்டர் (மேஜர்). மறுகணம் நொறுங்கிப் போன முகத்துடன் 'அந்தக் குழந்தையைக் கொன்று விடு' என்கிறார். அவ்வளவு உற்சாகமாக குழந்தை பிறந்ததைக் கொண்டாடிய தந்தை, குழந்தையை கொன்றுவிடச் சொல்வதற்குக் காரணம் சஸ்பென்ஸாக வெளிப்படுகிறது. முகத்தில் ஒரு பாதியளவு விகாரமான அவருக்கு, அதே விகாரத்துடன் குழந்தை பிறந்திருக்கிறது! அந்த விகாரத்துடன்தான் வாழ்நாள் முழுவதும் அனுபவித்த வேதனை, குழந்தைக்கும் தொடரக்கூடாது என்ற அந்த தந்தையுள்ளம் நினைக்க, டாக்டரிடம் கொன்றுவிடச் சொல்லிவிட்டுப் போகிறார். டாக்டர் தலையாட்டுகிறார். ஆனால் டாக்டர் கொல்ல மாட்டார் என்று நமக்குத் தெரியும். இந்தக் குழந்தையும் தந்தையும் பிற்காலத்தில் சந்திக்கும்போது எப்படி இருக்கும்?

(கதையில் முடிச்சும் (Knot) கருவும் இவ்வளவு சுருக்கமான செய்தியில் நம் மனதில் விழுந்துவிட்டது)!

அக்காவின் அரவணைப்பில் வாழும் ஒரு பெண், ஒருவனைக் காதலிக்கிறாள். அவனையே அக்காவும் விரும்புகிறாள். அக்காவுக்காக காதலனை விட்டுக் கொடுக்கிறாள் தங்கை. ஆனால் அந்த அக்காவோ, அவளுடைய தியாகத்தைப் புரிந்து கொள்ளாமல், அவரையே சந்தேகப்படுகிறாள்!

'கல்யாணப் பரிசு' வெற்றிப் படத்தின் நாலு வரி சாராம்சம் இது! இதைக் கேட்டதும் நம் மனம், ரத்தினச் சுருக்கமாக முழுப் படத்தையுமே பார்த்துவிடுகிறது!

எந்தப் படத்திற்கும் இப்படி 'நச்'சென்று நாலு வரியில் சொல்கிற மாதிரி விஷயம் இருந்தால்தான், அது வெற்றிப் படமாகும் என்பது எனக்குப் புரிந்தது. அதில் இன்னொரு சௌகரியம் வித்தியாசமான

சம்பவங்களுடனும், கதாபாத்திரங்களுடனும் ஒரு கதையை கற்பனை செய்து வைத்திருப்போம். அதைச் சுருக்கி, அதன் அடிப்படையை நாலு வரியில் அலசிப் பார்க்கும்போது, அது ஏற்கனவே வந்த ஏதாவது ஒரு படத்தின் சாயலில் இருக்கிறதா? அல்லது புத்தம் புதிதா? என்ற விபரம் தெரிந்து போகும்! பிரமாதமான சம்பவங்கள், அற்புதமான நடிப்பு இவையெல்லாம் சேர்ந்தாலும், அடிப்படைக் கரு இன்னொரு படத்தைப்போலவே அமைந்துவிட்டால்... படம் தோல்வி அடைந்து மொத்த உழைப்பும் வீணாகப் போகும்!

இந்த நாலு வரி நுணுக்கம் புரிந்துகொண்டதில்தான், தேவர் அவர்களைப் போன்ற தயாரிப்பாளர்கள், எவ்வளவு தெளிவாக கதையமைப்பு பாணியில் தேர்ந்து ஊறி... வெற்றி கண்டிருக்கிறார்கள் என்று வியந்தேன்.

அதன்பின் என் கதைகளின் சாராம்சத்தை நாலு வரியில் அமைத்துப் பார்த்து அது புதுமையாகவோ, ரசனையாகவோ இருக்கிறதா என்று தெரிந்துகொண்டபின்தான் சம்பவங்கள், திரைப்பட உத்திகள் இவற்றில் கவனம் செலுத்துவேன்.

கணவன்மீது அதிக பாசம் கொண்டு, 'அவன் தனக்கு மட்டுமே சொந்தமானவன், என்ற பாசம் மிக்க ஆதிக்க உணர்வு (Possesive nature) கொண்ட பெண் ஒருத்தி, அவளுடைய கணவன், ஒரு சூழ்நிலையில் வேறொரு பெண்ணிடம் தவறாக நடந்துவிடுகிறான். அதைத் தாங்க முடியாமல் அவள் டைவர்ஸ் பண்ணி விடுகிறாள். டைவர்ஸ் பண்ணப்பட்டு, சுதந்திர நிலையில் இருந்தாலும், தன் தவறை தொடர்ந்து செய்யாமல், தான் செய்த ஒரே தவறுக்காக வருந்தி, 'என்றாவது தன் மனைவி தன்னை ஏற்றுக் கொள்வாள்' என்று காத்திருக்கிறான் கணவன். இவர்களுடைய பிரச்சனை என்ன?

'மௌன கீதங்கள்' உருவாகும் முன் என் மனதில் உருவான 'நாலு வரி விஷயம்' இதுதான்!

ஒரு பெண் கல்யாணமான முதலிரவில் விஷம் குடித்து விடுகிறாள். டாக்டரான கணவன், அவள் உயிரைக் காப்பாற்றி விட்டு விசாரித்தபோதுதான், அவள் இன்னொருவனை உயிருக்குயிராக காதலித்த செய்தி தெரிகிறது. "கவலைப்படாதே, நான் இந்தக் கல்யாணத்தை, மரணப் படுக்கையில் இருக்கும் என் தாய்க்காகத்தான் செய்துகொண்டேன். ஒரே வாரத்தில் அவளுடைய மரணம் நிச்சயம். அதற்குப் பிறகு நானே உன்னை

உன் காதலனிடம் சேர்த்துவிடுகிறேன்” என்கிறான் டாக்டர் கணவன். அவள் நம்பிக்கையுடன் சம்மதிக்கிறாள்.

இதுதான் முதலில் தோன்றிய கதையம்சம். அந்த ‘ஒரு வார’ காலக் கெடுவுக்குள் நடக்கும் படம்தான் ‘அந்த ஏழு நாட்கள்’! இதில் நான் ஏற்ற ‘பாலக்காடு மாதவன்’ பாத்திரம் எல்லாம் பின்னால் சிந்திக்கப்பட்டதுதான். ஆரம்பக் கதையில், அதையெல்லாம் நான் யோசிக்கவேயில்லை.

ஒரு கிராமியக் காதல் கதை. கிராமியக் காதல்கள், பல வித்தியாசமான சூழ்நிலைகளில் உருவாவதுண்டு. பண்ணையார் மகள் அல்லது மகன் விவசாயியின் மகன் அல்லது மகள்– இருதரப்பு மோதலில் பிறப்பது, திருவிழாக்களில் மோதிப் பிறப்பது– இப்படி பலரகம். இதுவரை வராத ஒரு சூழ்நிலையை தேடினேன்.

பெரியோர்கள் ஏற்பாடு செய்து, பெண் பார்க்க வந்த இடத்தில் அவர்கள் இருவருக்குமிடையே நேசம் ஏற்படுகிறது. சில சூழ்நிலைகளால் கல்யாண ஏற்பாடு தடைப்பட்டாலும், அந்த அன்பு வலுப்பெறுவது ஒரு வித்தியாசமான பின்னணி கிடைத்தது.

அதுதான் ‘தூறல் நின்னு போச்சு.’ அந்தக் காதலுக்கு வலுவூட்டுவதுபோல், சுலக்ஷணா கேரக்டர் அமைந்தது. அந்த கிராமத்தில் உள்ள பெண் ஒருத்திக்கு, பலர் வந்து பெண் பார்த்துவிட்டுப் போயும், கல்யாணம் அமையவில்லை. இதை மற்றவர்கள் குத்திக் காட்டுவார்கள். ‘இந்த நிலை நமக்கு வரக்கூடாது, நம்மைப் பார்க்க வரும் முதல் மாப்பிள்ளைக்கே நம்மைப் பிடித்துவிட வேண்டும்’ என்று தவிக்கிறாள். பெண் பார்க்கும்போது, ‘அவருக்கு எப்படி அலங்காரம் செய்தால் பிடிக்கும்? எப்படி பொட்டு வைத்தால் பிடிக்கும்?’ என்றெல்லாம் அலைமோதுகிறாள். அவளுடைய வெகுளித்தனமான தவிப்புகளே ஹீரோவுக்குப் பிடிக்கிறது. தன்னை முதலில் பெண் பார்த்தவனையே காதலிக்கிறாள் ஹீரோயின். காதலுக்கு ஒரு வித்தியாசமான பின்னணி அமைந்தது.

இப்படி நாலு வரியில் கதை பிடிக்கிற உத்தி, எனக்கு ஒரு முறை ஒரு இக்கட்டான சூழ்நிலையில் கை கொடுத்தது.

ஒரு தயாரிப்பாளருக்காக ஒரு கதையைப் பேசி முடித்து, மறு வாரம் ஷுட்டிங் போக வேண்டும் என்ற நிலை. ஷாட்டுக்குக்கான ஏற்பாடுகளை எல்லாம் செய்தாயிற்று, அந்த நேரத்தில் ஒருவர் வந்து அணுகுண்டு போல் ஒரு தகவலைச் சொன்னார். அதே

கதையம்சத்துடன் வேறு ஒருவர் பத்தாயிரம் அடி வரை படம் எடுத்து வைத்திருக்கிறார் என்றும், சில நெருக்கடிகளால் படம் மேலே வளர முடியாமல் இருப்பதாகவும் சொன்னார். அதற்கு மேலும், அதே கதையம்சப் படத்தை நான் எடுக்க விரும்பவில்லை. ஆனால், என் தயாரிப்பாளரோ...

"பரவாயில்லை! அந்தப் படம் வெளிவராது. நாம் எடுக்கலாம்" என்றார்.

நான் சம்மதிக்கவில்லை.

"நம் படம் வெளியானபின், அந்தப் படத்தைத் தயாரிக்கும் தயாரிப்பாளர்களுக்கு சூழ்நிலை சரியாகி, படத்தை முடிக்க விரும்பினால், அதற்கு நம்முடைய படம் பாதகமாக இருக்கும்" என்று மறுத்துவிட்டேன்.

அதேசமயம், நாங்கள் நிர்ணயித்திருந்த ஷெட்யூலையும் கேன்ஸல் செய்ய முடியாத நிலை. அவசர அவசரமாக புதிதாக ஒரு கதைப் பிடிக்க வேண்டிய நிர்ப்பந்தம் ஏற்பட்டது. அப்போதுதான் 'நாலு வரியில் சொல்லக் கூடியதாக, நம் மனதைக் கவர்ந்த விஷயம் ஏதாவது இருக்கிறதா? நம் வாழ்வில் நடந்த விஷயமானாலும் சரி, நண்பர்கள் வாழ்வில் நடந்த விஷயமானாலும் சரி' என்று யோசித்துப் பார்த்தேன்.

சின்ன வயதில், அதாவது 'டீன் ஏஜ்' பருவத்தில் அதிக சிரத்தையுடன் மிகப் பெரிய விஷயமாக நான் செய்த காரியம் ஒன்று நினைவுக்கு வந்தது. அதுதான் 'சைட் அடிப்பது?'

கல்லூரியில் பி. யு. சி யில் ஃபெயிலான பின், என்கூடப் படித்த மாணவ, மாணவிகளின் (குறிப்பாக மாணவிகளின்) கேலியைத் தவிர்ப்பதற்காக, கல்லூரிப் பக்கமே செல்லாமல் ஊர் சுற்றுவேன். வெறுமனே ஊர் சுற்றுவானேன், சற்று உபயோகமாக சைட் அடித்துக்கொண்டே சுற்றுவோமே என்று அந்த வேலையை முழுக் கவனத்துடன் செய்தேன். அப்போது நடந்த ஒரு சம்பவம், ஒரு கதையாகிவிட்டது.

நல்ல பர்சனாலிட்டி உள்ள ஒரு பெண், ஒரு தெருவுக்கு குடி வருகிறாள். அந்தத் தெருவில் உள்ள மூன்று நண்பர்களையும் அவள் பாதிக்கிறாள். அதன் காரணமாக அவர்கள் மத்தியில் உள்ள நட்பு பாதிக்கப்படுகிறது. மூன்று பேரும் அவளுடைய அபிமானத்தைப் பெறுவதற்காக ஒருவரை ஒருவர் காலை வாரி விட்டுக்கொண்டே, முயற்சியினை மேற்கொள்கிறார்கள்.

கே.பாக்யராஜ் 35

இப்படி கதை வளர்கிறது. இது ஒரு பொழுதுபோக்குக்குரிய சுவையான கதையம்சமாக எனக்குத் தோன்றியது. கூடவே இவ்வளவு லைட்டான சப்ஜெக்ட் வெற்றி பெறுமா என்ற சந்தேகம் வந்தது. 'அடுத்த வீட்டுப் பெண்' 'காதலிக்க நேரமில்லை' போன்ற படங்களின் வெற்றி, எனக்கு தைரியமூட்டியது. மளமளவென்று திரைக்கதையை உருவாக்கினேன். அதுதான் 'இன்று போய் நாளை வா?'

நான் கதாசிரிய நண்பர்களுக்கு சொல்லிக் கொள்வது இதுதான்.

யாராவது நாலு வரியில் உங்களிடம் கதை கேட்டால், எரிச்சல் படாதீர்கள். நீங்களே கதை சொல்வதற்கு முன்பாக, உங்களுடைய கதையை நாலு வரியில் சொல்லிப் பார்த்துக் கொள்ளுங்கள். அதிலேயே, அது புது விஷயமா? பழைய விஷயமா? தேவையான வலு இருக்கிறதா? இல்லையா? என்றெல்லாம் புரிந்துவிடும். நம் கதையம்சத்தை சரி செய்துகொள்ள இது பயன்படும். அந்த நாலு வரி ஓ.கே.யாக இருந்தால், அதைச்சுற்றி 40, அல்ல 400 சம்பவங்கள்கூட 'பில்ட் அப்' ஆகும்!

●

7

ஒரு நல்ல படத்துக்கு கதையின் கரு மிக முக்கியம். ஆனால் நல்ல கருவைப் பிரதிபலிக்க, திரைக்கதை அமைப்பு அதை விட முக்கியம். அமைக்கும் திரைக்கதையில், கருவை சரியாகப் பிரதிபலிக்க ஒரு வலுவான முடிச்சு இருக்க வேண்டும். வலுவான முடிச்சு இல்லாமல் திரைக்கதை அமையுமானால், நாம் எடுத்துக்கொண்ட கருகூட அழுத்தமாக மனதில் பதியாமல் விழுந்துவிடும்.

நாம் திரைக்கதையில் போடுகின்ற இந்த முடிச்சு, மிகவும் வலுவானதாக விழ வேண்டும். அப்படிப் போடுகிற முடிச்சைப் பார்த்து, 'இதை எப்படி அவிழ்க்கப் போகிறோம்?' என்று நமக்கே ஒரு பிரமிப்பு வர வேண்டும். ஏனோதானோவென்று போடப்படும் முடிச்சுகள், திரைக்கதையில் தொய்வை ஏற்படுத்தி, படம் பார்ப்பவர்களுக்கு ஈடுபாட்டை குறைத்துவிடும்.

இன்னொன்று வலுவான முடிச்சாகப் போட்டுவிட்டால் 'அதை அவிழ்க்க முடியாதோ?' என்ற எண்ணமும் தோன்றலாம். ஆனால், ஒரு பிரச்சனை என்று இருந்தால்... அதற்கு கண்டிப்பாக ஒரு தீர்வு இருந்தே தீரும். தீர்வு காணமுடியாத பிரச்சனை என்று எதுவும் இல்லை. எனவே, 'அவிழ்க்க முடியுமோ, முடியாதோ?' என்று வலுவான முடிச்சைப் போடாமல் விடுவது கூடாது.

ஆனால் இப்படி இன்டர்வெல்லில்தான் முடிச்சு, விழவேண்டும் என்பது நியதியல்ல. திரைக்கதையின் ஆரம்பத்திலும் விழலாம். போகப் போகவும் விழலாம். ஆனால், முன் பாதிக்குள் அது வர வேண்டும். 'இன்டர்வெல்'லில் ஒரு இறுக்கமான பிரச்சனையை உருவாக்கி, அதை படத்தின் பின்பகுதியில் தீர்த்துவைப்பது என் பாணி.

தாலி கட்டி வீட்டுக்கு அழைத்து வந்த மனைவிக்கு, கடந்த காலத்தில் ஒரு காதலும் பிரிவும் ஏற்பட்டிருக்கிறது என்று அறிந்து இன்னும் ஒரு வாரத்திற்குள் உயிர் நீத்துவிடப் போகும் தன் தாய்க்காக, ஒரே ஒரு வாரம் மட்டும் தன் மனைவியாக இருந்துவிட்டு, பின்பு அந்தக் காதலனுடன், தானே அவளைச் சேர்த்து வைப்பதாக கணவன் கூறுகிறான்.

இது 'அந்த ஏழு நாட்களி'ன் முடிச்சு.

மிகவும் முரட்டுப் பிடிவாதமுள்ள தந்தை. அவர் பேச்சைத் தட்டி நடக்காத அப்பாவி மகள். அவளுக்கு, தன்னை முதன் முதலில் பெண் பார்த்தவனையே மணந்துகொள்ள விருப்பம். தந்தை இதற்கு எதிர்ப்பு, தந்தைக்கு பயப்படும் மகள். "அப்பா... இனிமே உங்க அனுமதி இல்லாம வீட்டு வாசப்படி தாண்ட மாட்டேன்" என்கிறாள்.

இது 'தூறல் நின்னு போச்சு' முடிச்சு.

அபாண்டமாக ஹீரோ மேலே பழி சுமத்தி, அதோடு அவன் பச்சைக் குழந்தையையும் தாண்டி, பொய் சத்தியம் வேறு பண்ணி விடுகிறாள் கதாநாயகி, அவனைத் திருமணம் செய்வதற்காக! கொதித்துப் போகும் ஹீரோ, "தாலி கட்டினாலும், உன்னோடு தாம்பத்திய வாழ்க்கை வாழ மாட்டேன்" என்று அவளை விலக்கி வைக்கிறான்.

இது 'முந்தானை முடிச்சு' படத்தின் முடிச்சு.

இப்படி ஒவ்வொரு படத்திலும், 'இனி என்ன ஆகும்? இதை எப்படி சரி பண்ணுவது? இந்தப் பிரச்சனைக்கு என்ன தீர்வு?' என்று மலைக்கிற அளவுக்கு முடிச்சுகளை போடும்போதுதான் திரைக்கதை 'விண்'ணென்று உறுதியாகிறது. அந்த 'தீர்க்க முடியுமா?' என்ற பிரச்சனையையும் மெள்ள மெள்ள தீர்க்கும்போது திரைக்கதை சுவாரஸ்யமாகிறது. இதில், 'தீர்க்கவே முடியாது' என்ற தீர்மானத்திற்கே இடமில்லை. ஏனென்றால், எங்காவது ஏதாவது ஒரு வழி – யோசிக்க, யோசிக்க நிச்சயமாக புலப்படும். அதை 'எக்ஸ்பிளாயிட்' பண்ணி, திரைக்கதை அமைக்கும்போது, முடிச்சு தானாக அவிழும்.

'இது நம்ம ஆளில்' ஹீரோ தாலி கட்டிவிடுகிறான். ஆனால், பெண்ணின் தந்தையோ... 'என் பெண்ணோடு தாம்பத்திய வாழ்க்கை வாழக்கூடாது' என்று அவனிடம் சத்தியம் வாங்கி விடுகிறார்.

'இது எப்படி? சத்தியம் செய்து கொடுத்துவிட்டானே! இனி எப்படி சேரப் போகிறார்கள்?' என்று யோசிக்கும்போதுதான், அந்த சாஸ்திர பூர்வமான கல்யாணச் சடங்கில் இருக்கும் ஒரு விபரம் புலப்பட்டது. அதுதான் 'கன்னிகாதானம்'! தாலி கட்டுவதற்கு முன்னால் தன் மகளை, மணமகனுக்கு கன்னிகாதானம் செய்து விட்ட பின்பு அந்த தந்தைக்கு மகள்மீது உரிமை வைக்க முடியாது. அப்படி இருக்க... அந்த சத்தியம் செல்லாதே! இத்தோடுகூட, அந்த ஜாதி உணர்வுள்ள தந்தை கேரக்டர், மெள்ள மெள்ள மனம் மாறி, தனது ஜாதி வெறி தவறானது என்பதை உணரும்படியும் காட்சிகளை அமைத்து, பிரச்சனைக்கு தீர்வு கண்டிருந்தேன்.

குடும்பக் கதைகளில் மட்டும்தான் என்றில்லை. மர்மம், குற்றம், கொலை இப்படிப்பட்ட கதைகளுக்கும் முடிச்சு மிக அவசியம். இப்படி எடுக்கப்படும் ஆங்கிலப் படங்களில் பெரும்பாலும் ஆரம்பத்திலேயே கதையின் முடிச்சைப் போட்டுவிடுவார்கள்.

உதாரணத்துக்கு, ஒரு பேங்க் கொள்ளையைப் பற்றிய படம் என்றால், அந்த பேங்கில் என்னவெல்லாம் பாதுகாப்பு வசதிகள் இருக்கின்றன? எப்படி அது, ஒருவருமே அண்ட முடியாதது என்று விலாவாரியாக காட்டிவிட்டு, இப்படி அணுகவே முடியாத ஒரு பேங்க்கை எப்படி கொள்ளை அடிக்கிறார்கள் என்ற ஆர்வத் துடிப்பை ஆரம்பத்திலேயே ஏற்படுத்திவிடுவார்கள்!

அதே போல்தான் அட்வென்ச்சர் கதைகள் 'Where Eagles Dare' என்ற படத்தின் துவக்கத்திலேயே எதிரியின் மிக மிக வலுவான பாசறையைக் காட்டி, அதன் பாதுகாப்பு ஏற்பாடுகளையும் விரிவாக விளக்கி, இப்போது அதை ஒரு எட்டு பேர் கொண்ட போர் வீரர்கள் குழு தாக்கி அழிக்கப் புறப்படுகிறது என்று படத்தைத் துவங்கும்போது நமக்கு, 'இதை எப்படி சாத்தியமாக்கப் போகிறார்கள்?' என்று உடனே ஒரு ஈடுபாடு ஏற்பட்டு விடுகிறது.

கொலை சம்பந்தப்பட்ட கதைகளும் இப்படித்தான்.

ஒரு கொலை நடந்திருப்பதைக் காட்டுவார்கள். ஒரு துப்பறியும் அதிகாரி வருவார். அந்தக் கொலை நடந்திருப்பதற்கான – நமக்குத் தோன்றும் – சகல சாத்தியங்களையும் அவர் ஆராய்வார். அனைத்திலும் 'இல்லை' என்ற முடிவே கிடைக்கும். எந்த 'Clue'வும் (தடயம்) கிடைக்காத நிலையில், இப்போது எப்படி துப்பறிவாளர் கொலைகாரனை கண்டுபிடிக்கிறார்? இது நமக்கும், படத்துக்கும் உருவாகும் கேள்வி!

இப்படி வலுவாக போடப்படும் முடிச்சுகளைக்கொண்ட திரைப்படங்கள்தான் மக்களின் கவனத்தைக் கவர்ந்து, அவர்களை

படத்தோடு ஒன்றிப் பார்க்க வைக்கின்றன. 'Luck', 'Knot', 'Suddent Twist' என்று பல பெயர்களால் அழைக்கப்படும் இந்த 'முடிச்சு'தான் ஒரு படத்தின் உயிர் நாடி.

நான் ஆரம்பத்திலேயே சொன்னதுபோல், நாம் போடும் முடிச்சு, நாமே பிரமிக்கும்படி இருக்க வேண்டும். அதில்லாமல், சாதாரணமான சிக்கல்களை முடிச்சாக்கினால் 'இவ்வளவுதானா? இதுக்கு இதுதான் முடிவு இப்படித்தான் கரெக்ட் பண்ணுவாங்க' என்று படம் பார்ப்பவர்கள் எளிதாகக் கூறிவிடுவார்கள். படத்தில் அவர்களுக்கு உடனே ஈடுபாடு போய்விடும்.

ஓரளவு கதையை அலசக்கூடிய நண்பர்களிடம் கதையைக் கூறும்போது 'இதெப்படி? இந்தப் பிரச்சனையை எப்படி சால்வ் பண்றது?' என்று அவர்கள் கேட்க வேண்டும். அதுதான் வலுவான முடிச்சு.

இந்த வலுவான முடிச்சை எப்படி 'கன்வின்சிங்'காக, அதே நேரம் சுவாரஸ்யமாக அவிழ்க்கிறோம் என்பது திரைக்கதை யுக்தி!

●

8

வழக்கமாக எந்தக் கதையைச் சொல்லும்போதும், 'ஒரு ஊர்ல ஒரு ராஜா... ஒரு ஊர்ல ஒரு பண்ணையாரு' - இப்படி ஆரம்பிப்பதுதான் வழக்கம். இப்படி 'அ'னா, 'ஆ'வன்னா என்று கதையின் ஆரம்பத்திலிருந்து கோர்வையாக சொல்வதுதான் கதை சொல்லும் வழிமுறை என்றாலும், திரைக்கதை என்று வரும்போது கதையை ஆரம்பத்திலிருந்தும் சொல்லலாம். அல்லது இடையிலிருந்து துவங்கி, பின்பு ஆரம்ப இடத்திற்கு வந்து சேரலாம். இப்படி திரைக்கதையை, மூலக் கதையின் ஆரம்பத்திலிருந்தோ, இறுதியில் இருந்தோ துவங்குவதில் பல அனுகூலங்கள் உள்ளன. அதாவது, சொல்லும் கதையை மேலும் சுவாரஸ்யமாக சொல்லலாம். கதையில் தென்படும் குறைபாடுகளைத் தவிர்க்கலாம் விறுவிறுப்பைக் கூட்டலாம்.

உதாரணமாக, 'டைப்ரைட்டிங்' பயிற்சி முறையை எடுத்துக் கொள்ளலாம். 'டைப்ரைட்டர்'களில் (தட்டச்சு இயந்திரம்) இந்த ஆங்கில எழுத்துகள், வரிசைக் கிரமமாக இல்லாமல், ஒவ்வொன்றும் ஒவ்வொரு இடத்தில் இருக்கும். 'a, b, c, d...' என்ற வரிசைப்படி ஒழுங்காக இருந்தால் என்ன என்று நமக்குத் தோன்றும். ஆனால் அப்படி இல்லாமல் 26 ஆங்கில எழுத்துகள் ஒவ்வொன்றும் ஒவ்வொரு இடத்தில் இருப்பது - இரு கை விரல்களும் லாவகமாக ஒருங்கிணைந்து செயல்படுவதற்காகத்தான்!

அதேபோல, எந்த ஒரு கதையையும் திரைக்கதையாக்கும்போது, அந்தக் கதையை சொல்வதற்கான பல வழிமுறைகளில் (Route) எது சுவாரஸ்யமாகவும், புதுமையாகவும், எளிமையாகவும் சொல்ல வந்த விஷயத்தை அழுத்தமாகக் கூறவும் ஏதுவாக இருக்கிறதோ... அந்த 'குட்'டை தேர்ந்தெடுப்பது முக்கியம். வெற்றிகரமான- மனதில் நிற்கும் திரைப்படங்களை உருவாக்க இது ஒரு முக்கியமான

அம்சம். இதைவிட மிக முக்கியமான அம்சம் ஒன்று உள்ளது. அது ஆரம்பக் காட்சி!

படத்தின் துவக்கத்திலேயே பார்ப்பவர்களுக்கு – படத்தில், கதையில் ஒரு ஈடுபாடு (Involvement) தோன்றும்படி படத்தில் ஆரம்பக் காட்சியை அமைக்க வேண்டும். இதில் எந்த கவனக் குறைவும் வரக்கூடாது.

என்னைப் பொறுத்தவரை, திரைக்கதையின் இந்த இலக்கணம் பற்றி எல்லாம் துவக்கத்தில் எனக்கு எதுவும் தெரியாது. எனக்கு ஏதோ தோன்றியது, அதைத்தான் செய்து வந்திருக்கிறேன். ஆனால் அதில், கதையின் ஆரம்பத்திலேயே படம் பார்ப்பவர்களை படத்தோடு ஈடுபடுத்தும் விதி, தானாகவே என் படங்களில் கடைப்பிடிக்கப்பட்டிருப்பதை நானே பிற்பாடுதான் கவனித்தேன்!

'ஒரு கை ஓசை' – இந்தப் படத்தின் ஆரம்பத்தில், மாட்டு வண்டி ஒன்றில் படித்த கண்ணியமான, நகர நாகரீகமான கதாநாயகி, ஒரு கிராமப் பகுதியில் போகிறாள்.

வண்டிக்காரன், "தெக்கப் போறதா? வடக்க போறதா?" என்று கேட்கிறான்.

"தெக்க போனா என்னென்ன ஊர்கள் வரும்? வடக்க போனா என்னென்ன ஊர்கள் வரும்?"–இது கதாநாயகியின் அடுத்த கேள்வி.

வண்டிக்காரன், தெற்கேயும், வடக்கேயும் இருக்கும் ஊர்களின் பெயரை ஒப்பிக்கிறான்.

கதாநாயகி, "ஏதோ ஒரு திசைல போங்க" என்கிறாள்.

இப்போது படம் பார்க்கும் ஆடியன்ஸுக்கு "இது என்ன? இன்ன ஊருக்குப் போக வேண்டும் என்று தீர்மானம் இல்லாமல் ஏதோ ஒரு திசையில் கதாநாயகி வண்டியை விடச் சொல்கிறாளே! இவள் யார்? ஏன் இப்படிச் சொல்கிறாள்?" என்ற குழப்பமும், கேள்வியும் – தங்கள் கேள்விகளுக்கு விடை தேடும் ஈடுபாடும் படத்தில் உருவாகின்றன.

வண்டி இப்போது மூன்று பாதைகள் கூடும் ஒரு முச்சந்தியை அடைகிறது. இந்த மூன்று பாதைகளும் சென்றடையும் ஊர்களின் பெயரையும் கேட்டறியும் கதாநாயகி, "ஏதாவது ஒரு ஊருக்குப் போ" என்கிறாள்.

இப்போது நம்மோடு சேர்ந்து வண்டிக்காரனும் புரியாமல் குழம்ப, கதாநாயகி "ஏதாவது ஒரு அழகான ஊருக்கு போப்பா" என்கிறாள்.

அவள் சொல்லும் இரக்கமான தொனி, அவளுடைய இலக்கற்ற வண்டிப் பயணம், இதெல்லாம், அவள் ஏதோ ஒரு பிரச்சனையில் இருக்கிறாள் அல்லது எதனாலேயோ பாதிக்கப்பட்டு வந்திருக்கிறாள். அதிலிருந்து மீண்டு, நிம்மதி நாடி வந்திருக்கிறாள். அவள் பிரச்சனை, பாதிப்பு என்ன என்ற கேள்வியை நமக்குள் எழுப்புகின்றன.

அதேபோல, அவள் முதன்முதலில் சந்திக்கும் கதாநாயகனும் ஒரு நூதனமான சூழலிலேயே அவளுக்கும், நமக்கும் அறிமுகமாகிறான். அதாவது, தற்கொலை செய்துகொள்ள தண்டவாளத்தில் தலை வைத்துப் படுத்திருப்பவனாக!

'இந்த கதாபாத்திரத்துக்கு என்ன பிரச்சனை?' உடனே அவன்மீது நமக்கு ஒரு ஈடுபாடு வருகிறது.

'மௌன கீதங்கள்' – இதில் படத்தின் துவக்கத்தில் கதாநாயகி அறிமுகமாகிறாள். எப்படி? கையில் ஒரு நான்கு வயது மகனோடு! ஒரு சிறுவனுக்குத் தாயா, கதாநாயகி? இந்தக் கேள்வி எழும்போதே கதாநாயகன் அறிமுகம். இப்போது கதாநாயகனும், கதாநாயகியும் ஒருவரை ஒருவர் பார்த்தவுடன் அதிர்ச்சி அடைகின்றனர். ஏன் இந்த அதிர்ச்சி?– இது படம் பார்ப்போருக்கு, தோன்றும் இரண்டாவது கேள்வி.

அதேபோல், 'அந்த ஏழு நாட்கள்'.

படத்தின் துவக்கத்திலேயே கதாநாயகிக்கு கல்யாணம். – படத்தின் கதாநாயகனோடு அல்ல, வேறு ஒரு கதாபாத்திரம் அதுவும், அந்த மாப்பிள்ளை ஒரு குழந்தைக்குத் தந்தை!

உடனே நமக்கு 'எதற்காக கதாநாயகி, கதாநாயகனை விடுத்து வேறு ஒருவனை – அதுவும் ஒரு குழந்தைக்கு தந்தையை மணம் புரிகிறாள்?' என்ற கேள்வி எழுகிறது. இப்படி கல்யாணத்தில் துவங்கும்போது, திருமண மந்திரங்களுக்கு முக்கியத்துவம் தந்து துவங்குகிறது. பிற்பாடு, படம் முடிவடைகையில், இந்த திருமண அமைப்பின் உள்ளார்ந்த தத்துவங்களை அடிப்படையாக வைத்தே முடிவடைகிறது.

நடிகர் திரு. ராஜேஷ் என்னிடம் ஒருமுறை கேட்டார்:

"நீங்க சினிமா சம்பந்தப்பட்ட புத்தகங்கள் நிறைய படிப்பீர்களா?"

"இல்லீங்க..."

"இல்லை நீங்க கட்டாயம் படிச்சிருக்கணும்."

“இதென்னங்க வம்பாயிருக்கு? படிச்சா, படிச்சேன்னு சொல்லப் போறேன். இல்லேன்னா இல்லை.”

“அதுக்கில்லை, ‘திரைக்கதை என்றால் என்ன? திரைக்கதை அமைப்பது எப்படி என்று திரைக்கதை இலக்கணத்தைப் பற்றி ஒரு ஆங்கிலப் புத்தகம் இருக்கிறது. அதில், திரைக்கதையின் அடிப்படை விதியாக இதைத்தான் சொல்கிறார்கள். – படத்தின் துவக்கத்திலேயே படம் பார்ப்பவர்களுக்கு ஈடுபாடு வர வேண்டும். அதோடுகூட, படம் ஆரம்பித்து ஒரு 500–1000 அடிக்குள் ‘‘படத்தின் கதை என்ன? எதை நோக்கி இந்தக் கதை போகிறது என்பதையும் தெளிவுபடுத்திவிட வேண்டும்...”

நான் என் படக் கதைகளை யோசித்துப் பார்த்தேன். எல்லாமே ஒரு ஈடுபாடு வரவழைக்கும் துவக்கத்தோடும், 500–1000 அடிக்குள் கதைப்போக்கை சொல்லிவிடுவதாகவுமே அமைந்திருக்கின்றன.

ஆக, ஒரு திரைக்கதைக்கு அடிப்படைத் தேவைகள்–

ஒன்று கதையைச் சொல்லப்போகும் வழிமுறை என்ன என்று தீர்மானிக்க வேண்டும்.

மற்றொன்று ; அந்த வழியில் அமைக்கப்படும் திரைக்கதையின் துவக்கத்திலேயே, பார்ப்பவர்களுக்கு படத்தோடு ஒரு இன்வால்வ்மெண்ட் – ஈடுபாடு – வரும்படியும், படம் துவங்கி ஒரு 500 அலலது 1000 அடிக்குள், ‘கதை இன்னது, கதையோட்டம் இப்படிப்பட்டது’ என்றும் தெளிவாக்கிவிட வேண்டும்.

●

9

என் குருநாதர் டைரக்டர் பாரதிராஜாவை பார்ப்பதற்காக ஒருமுறை போயிருந்தேன். அது 'டார்லிங் டார்லிங்' பூஜை போட்டு, டிஸ்கஷன் நடத்திக்கொண்டிருந்த நேரம்.

டைரக்டர், "அது என்னய்யா... 'டார்லிங் டார்லிங்? நல்ல ரொமாண்டிக்கான டைட்டிலா இருக்கே! என்ன கதை?"ன்னு கேஷுவலா கேட்டார். – நான் கதையைச் சொன்னேன்.

"கதை வித்தியாசமான லவ் ஸ்டோரியா இருக்கேய்யா..." என்று சொல்லி ரொம்ப ரசித்தார்.

நான் சிரித்துக்கொண்டே... "கதை புதுசு இல்லீங்க. பதினாறு வயதினிலே கதை தாங்க" என்றேன்! அவருக்கு ஆச்சரியம் ஏற்பட்டது.

"பதினாறு வயதினிலேவுக்கும் இதுக்கும் சம்பந்தமே இல்லைய்யா. எனக்கு அப்படி சம்பந்தம் இருக்கிற மாதிரி தாட்டே வரலியே" என்றார்.

"பதினாறு வயதினிலேவுல ஒரு அப்பாவி கிராமத்தான். – சப்பாணி, தான் ரொம்ப நாளா பார்த்துப் பழகிட்டிருந்த, ஆனா தன்னைவிட பல விதத்துலயும் உயர்வான, ஒரு அழகான பெண்ணை மனப்பூர்வமா நேசிக்கிறான். 'டார்லிங் டார்லிங்'கில் ஒரு சாதாரண எஸ்டேட் வாட்ச்மேனோட பையன், சின்ன வயசுல தன்கூட பழகின முதலாளி மகளையே இன்னும் நினைச்சுக்கிட்டு, மனசுக்குள்ள காதலை வளர்த்துக்கறான். பதினாறு வயதினிலேவுல ஆரம்பத்துல சப்பாணியை ரொம்ப ஏளனமா நினைக்கிற மயிலு, அவன் காதலை அலட்சியப்படுத்திட்டு, ஊருக்குப் புதுசா வந்த டாக்டரை காதலிக்கிறா. 'டார்லிங் டார்லிங்'கில் முதலாளி மகள், 'எப்பவோ சின்ன வயசுல பழகினதை வெச்சுக்கிட்டு, இப்ப காதல்னா என்ன முட்டாள்தனம்? எனக்கு வேற ஒரு

இடத்துல மேரேஜ் ஃபிக்ஸ் ஆயிருச்சு'ன்னு வாட்ச்மேன் மகன் காதலை நிராகரிச்சுடறா. ஸோ... ரெண்டுத்துலயும் ஒருதலைக் காதல்தான்! பதினாறு வயதினிலேவுல மயிலுதான் காதலிச்ச டாக்டர் நல்லவனல்ல, அவன் ஒரு சீப்பான எண்ணத்தோடதான் தன்கூட பழகியிருக்கான். ஆனா சப்பாணியோட காதலோ ரொம்ப சின்சியரானது, புனிதமானதுன்னு தெரிஞ்சதும், அந்த சப்பாணியை லைக் பண்ணி ஏத்துக்கறா. அதே மாதிரி 'டார்லிங் டார்லிங்'கில் ஹீரோயின், தனக்கு நிச்சயம் பண்ணியிருக்கற மாப்பிள்ளை கீழ்த்தரமான நோக்கம்கொண்டவன், ஆனா வாட்ச்மேன் மகனோட முட்டாள்தனமான காதலோ சின்சியரானது, புனிதமானதுன்னு புரிஞ்சிட்டு வாட்ச்மேன் மகனை லவ் பண்றா. ஸோ... ரெண்டு கதையிலயும் அடிப்படை, முக்கியமான திருப்பங்கள் எல்லாம் ஒன்றுதான்" என்று விளக்கினேன்.

ஆனால், 'டார்லிங் டார்லிங்' கதை பண்ண உட்காரும்போது, பதினாறு வயதினிலேவை மனதில் நினைத்துக்கொண்டு கதையை உருவாக்கவில்லை. கதை தெரியாமலேயே 'டார்லிங் டார்லிங்' என்று ஒரு நயமான டைட்டில் வைத்து, பூஜை போட்டாகி விட்டது. அத்தோடு, படத்துக்கு ஒளிப்பதிவு செய்ய திரு அசோக் குமாரை போட்டிருக்கிறோம். எனவே 'டார்லிங் டார்லிங்,' டைட்டிலுக்கு ஏற்ப இளமையான காதல் கதையாக, அசோக் குமாரின் ஒளிப்பதிவுத் திறனுக்கு வாய்ப்பளிக்க ஏதுவாக, மலைப் பிரதேசத்தில் படமாக்கும்விதத்தில் கதை' அமைய வேண்டும் என யோசிக்க ஆரம்பித்தேன்.

மலைப் பிரதேசத்தில் கதாநாயகன், கதாநாயகி யார், யார்? என்ன செய்கிறார்கள் என்று யோசிக்கும்போது, ஹீரோவை குதிரைப் பந்தயத்தில், குதிரை ஓட்டும் ஜாக்கியாக போட்டால் எப்படியிருக்கும் என்று பேச்சு வந்தது. ஆனால், என்னுடைய இமேஜுக்கு ஜாக்கி என்பதெல்லாம் கொஞ்சம் அதிகப்படியான ஹீரோயிசம்– ஒத்து வராது – என்பதால், மலைப் பிரதேசத்தில் வேறு என்ன சாதாரணமான, எதார்த்தமான கதாபாத்திரங்கள் உள்ளன என்று பார்த்ததில் ஊட்டி, கொடைக்கானல் இங்கெல்லாம் பஸ் ஸ்டாண்ட் லேக் அருகே மட்டக்குதிரை மேல் குழந்தைகளை ஏற்றிக்கொண்டு ஒரு ரவுண்ட், ரெண்டு ரவுண்ட் ஹார்ஸ் ரைடிங் கூட்டிட்டு போகிற வாடகை குதிரைக்காரர்கள் ஞாபகத்துக்கு வந்தார்கள்.

அப்படி ஒரு குதிரைக்காரனாக நான் நடித்தால் எப்படி இருக்கும்? வித்தியாசமாகவும், கலகலப்பாகவும் வருவதற்கான

வாய்ப்புகள் இருந்ததால், அந்த மாறுபட்ட கதாபாத்திரத்தை முதலில் தீர்மானித்துக்கொண்டேன்.

சரி, அங்கு கதாநாயகி யார்? அவளுக்கும் கதாநாயகனுக்கும் எப்படி காதல் உருவாகிறது? கதாநாயகி வெறும் டூரிஸ்டாக இருந்தால், இருவரும் தொடர்ந்து பார்த்து பழகுவதற்கு பெரிய வாய்ப்புகள் இல்லை? அப்படியே அவர்கள் காதலித்தாலும், அதில் புதுமையான, வலுவான சிக்கல் வருவதற்கு வாய்ப்பு இல்லாததால், வேறு எப்படி கதாநாயகி பாத்திரத்தை அமைப்பது என்று யோசித்தோம்.

கதாநாயகன் சிறு வயதில் தான் பழகிய பணக்கார வீட்டுப் பெண்ணை இப்போதும் நினைத்து, காதலித்துக்கொண்டிருக்கிறான். ஆனால், அவளோ குழந்தை நட்பு அத்தோடு பிரிவு காரணமாக அவனை மறந்து, இப்போது அவனை வெறும் வாட்ச்மேன் மகனாகத்தான் மதிக்கிறாள் என்ற கரு கிடைத்தது. ஆகவே, பதினாறு வயதினிலேவை எந்தவிதத்திலும் மனதில் வைத்துக்கொண்டு 'டார்லிங் டார்லிங்' உருவாக்கப்படவில்லை.

ஆனால், எந்தப் படத்திற்கு கதையை நிச்சயித்தாலும் 'இந்தக் கதைக்கு ஏதாவது ஒரு மூலம் இருந்தே தீரும். அந்த மூலத்தை வைத்துக்கொண்டு நிச்சயமாக படங்கள் வந்திருக்கும். அவை என்ன? அவற்றிற்கு எப்படி திரைக்கதை அமைத்திருக்கிறார்கள்?' என்று யோசிப்பது என் வழக்கம்.

அப்பொழுதுதான் 'பதினாறு வயதினிலே'வுக்கும் 'டார்லிங் டார்லிங்'குக்கும் இருக்கும் ஒற்றுமை புலப்பட்டது.

'டார்லிங் டார்லிங்' என்றில்லை. 'அந்த ஏழு நாட்கள்' எடுத்து, கதையை நான் உருவாக்கும்போது, அமரர் சந்திரபாபு அவர்களுடைய வாழ்க்கையில் நடந்த உண்மைச் சம்பவத்தை வைத்து கதையை உருவாக்கினேன்.

ஒருத்தி, ஒருவனை காதலிக்கிறாள். ஆனால், வேறு ஒருவனுக்கு வாழ்க்கைப்படுகிறாள். அந்த பழைய காதலின் சுவடுகள்– ஞாபகங்கள்– ஒருவேளை அந்த பழைய காதலன் அவள் வாழ்வில் மீண்டும் வருவானேயானால், அதனால் ஏற்படும் விளைவுகள்... இப்படி பெரும்பாலான முக்கோணக் காதல் கதைகள் முன்பே வந்துள்ளது. அதன் ஜாதிதான் 'அந்த ஏழு நாட்கள்.'

இயக்குனர் திரு. ஸ்ரீதர் இப்படிப்பட்ட முக்கோணக் காதல் கதைகளை வைத்து படமெடுப்பதில் கை தேர்ந்தவர். 'கல்யாணப் பரிசு', 'நெஞ்சில் ஓர் ஆலயம்', 'இளமை ஊஞ்சலாடுகிறது' என்று

முக்கோணக் காதலை பல்வேறு சூழ்நிலைகளில், பல்வேறு கதாபாத்திரங்களோடு பிரச்சனைகளை உருவாக்கி, வெற்றிக் கதைகளாக படைத்திருக்கிறார்.

காதலித்தது ஒருவனை, ஆனால் இப்போது பழகி வாழப் போவது இன்னொருவனுடன்! இந்தக் கட்டத்தில், பழைய காதலன் மீண்டும் அவள் வாழ்வில் வருகிறான். இது சமீபத்தில் வெளிவந்து, பெரு வெற்றி பெற்ற 'சாந்தினி' ஹிந்திப் படக் கதை. ஆனால் இந்தப் படங்கள் எல்லாமே கதை விஷயத்தில் ஒன்று போல் இருந்தாலும், படமாகப் பார்த்தால் ஒன்றில் இருந்து ஒன்று மாறுபட்டவை. இதற்குக் காரணம் திரைக்கதைதான்! கதையின் அடிப்படைக் கரு பலமுறை பயன்படுத்தப்பட்டதாக இருந்தாலும், திரைக்கதையில் வித்தியாசமான பின்புலம், (Back drop), வித்தியாசமான கதாபாத்திரங்கள் என்று மாறுபடுகையில் முற்றிலும் புதிய படமாக உருவாகின்றது.

காதல் கதைகளுக்குத்தான் என்றில்லை. அண்ணன்– தங்கை பாசம், பெற்றோர் – பிள்ளைகள் உறவு, கணவன் – மனைவி சம்பந்தப்பட்டவை நட்பு இப்படி எந்த ஒரு அடிப்படையை வைத்து கதை செய்தாலும், அது நிச்சயமாக ஏதாவது ஒரு திரைப்படமாக முன்பே வந்திருக்கும். சமீபத்தில் வெளிவந்த 'அஞ்சலி' படத்தைப் பார்த்து விட்டு வந்த என் உதவியாளர்கள், 'கதை ரொம்ப புதிதாக, வித்தியாசமாக இருக்கிறது' என்றார்கள்.

'என்ன கதை?' என்று நான் கேட்டேன்.

"ஒரு கணவன் – மனைவி, மனைவிக்கு பிரசவமாகிறது. ஆனால் கணவன், மனைவியிடம் பிறந்த குழந்தை இறந்துவிட்டது என்று கூறிவிடுகிறான். ஆனால், அதற்குப் பின்னால் அவன் அடிக்கடி எங்கோ சென்று வருகிறான். எங்கு செல்கிறான்? எதற்குச் செல்கிறான் என்பது மர்மமாகவே இருக்கிறது. மனைவி இதனால் அவன்மீது சந்தேகப்படுகிறாள். ஒரு கட்டத்தில் இறந்து விட்டதாக கணவன் தன்னிடம் சொன்ன தன்னுடைய குழந்தை இறக்கவில்லை... அது மனநிலை பாதிக்கப்பட்ட குழந்தை, அதை பராமரிக்கத்தான் கணவன் சென்று வந்திருக்கிறான் என்பது மனைவிக்குத் தெரிகிறது. அந்தக் குழந்தையை அவள் தங்கள் வீட்டிற்கு கூட்டி வருகிறாள். இதனால் என்னென்ன பிரச்சனைகள் உருவாகின்றன என்பதுதான் அஞ்சலி படக் கதை" என்றார்கள் உதவியாளர்கள்.

இதைக் கேட்டதும் 'தெய்வ மகன்' படம்தான் உடனே எனக்கு ஞாபகம் வந்தது. குரூரமாகப் பிறந்த தன் குழந்தையைக் கொன்று

விடும்படி தந்தையே டாக்டரிடம் கூறிவிட்டு, மனைவியிடம் குழந்தை செத்துவிட்டதாகக் கூறுகிறார். ஆனால் டாக்டரோ குழந்தையைக் கொல்ல மனசு வராமல் அதைக் காப்பாற்றி, ஒரு அனாதை ஆசிரமத்தில் சேர்த்து விடுகிறார். அங்கு வளரும் அந்த மகன், ஒரு கட்டத்தில் தாய்ப் பாசத்தால் வீடு தேடி வரும்போது, ஏற்படும் பிரச்சனைதான் 'தெய்வ மகன்' படக் கதை. கரு ஒன்றாக இருந்தாலும், திரைக்கதையால் அஞ்சலி வேறு. தெய்வமகன் வேறானது.

இப்படி, எந்தக் கதையானாலும் அந்தக் கதைக்கு முன்னோடி ஏதாவது ஒன்றிரண்டு நிச்சயம் இருக்கும். இதற்குக் காரணம் எந்தப் படத்தின் அடிப்படை என்று சொல்லப்படும் – Plot – Base– மொத்தம் இருபதோ, இருபத்தெட்டோதான் இருக்கிறதாம்!

இந்த 20 அல்லது 28 அடிப்படைகளையும் வைத்துத்தான் கதைகளே அமையும். மேல்நாட்டு சினிமா ஆராய்ச்சியாளர்களின் கருத்து இது. எனக்கு இந்த 20, 28 விபரம் சரியாகத் தெரியாவிட்டாலும், இந்தக் கருத்து எனக்கும் உண்டு. எப்படி என்று பார்த்தால் – நம் நாட்டில், நமது மொழிப் படங்களிலேயே ஒரே அடிப்படையை வைத்து பல்வேறு மாறுபட்ட திரைப்படங்கள் வந்திருக்கின்றன. ஏன்–ஆங்கிலப் படங்களுக்கும், நமது படங்களுக்கும்கூட அப்படி ஒரு ஒற்றுமையைக் காணலாம்!

விட்டலாச்சார்யா 'மாய மோதிரம்' என்று படம் எடுத்தால் மேல் நாட்டில் 'Back to the Future'. நம் நாட்டில் 'மை டியர் குட்டிச் சாத்தான்' அங்கே 'E. T' சுதந்திரப் போராட்ட வீரரான மண்ணின் மைந்தன் வீரபாண்டிய கட்டபொம்மனைப் பற்றி நாம் படம் எடுத்தோம். அவர்கள் 'ஓமர் முக்தர்' எடுத்தார்கள்!

எனவே எந்தக் கதையின் அடிப்படையும் நிச்சயமாக பயன்படுத்தப் பட்டதாகத்தான் இருக்கும். என்னுடைய கதைக்கு கரு அமைக்கும்போது, 'இந்தக் கதையின் அடிப்படையை வைத்து என்னென்ன படங்கள் வந்திருக்கின்றன? அவற்றின் திரைக்கதை அமைப்பு எப்படி?' என்று ஆராய்ந்து பார்ப்பேன். இது நம்முடைய கதைக்கு திரைக்கதை அமைப்பதில் பல விதத்திலும் உதவியாக இருக்கம்.

எப்படியென்றால், நமது கதையின் அடிப்படை, எந்தெந்த முறையில் திரைக்கதைகள் ஆகியிருக்கின்றன? இந்த திரைக்கதையில் என்னென்ன ஜீவனான அம்சங்கள் உள்ளன என்று நன்கு அறிந்துகொள்ள முடியும் – அதே ஜீவனுடன், நாம் அமைக்கும் திரைக்கதைச் சம்பவங்கள் புதிதாக இருக்க வேண்டும். ஏற்கனவே

வந்துள்ள திரைக்கதைகளில் உள்ள ஜீவனான அம்சங்களை எக்காரணம்கொண்டும் இழந்து விடவும்கூடாது!

திரைக்கதை அமைப்பின்போது, அதே ஃபார்முலாவில் உள்ள பழைய வெற்றிப் படங்களின் திரைக்கதையை கவனத்தில் கொள்ள வேண்டியது மிக முக்கியமான ஒரு விஷயம் என்று நான் கருதுகிறேன்.

●

10

எந்த ஒரு கதையிலும் – அது சினிமாக் கதையானாலும் சரி, வேறு கதைகளானாலும் சரி – அவற்றில் ஒரு கருத்து (Message) கண்டிப்பாக இருக்கும்.

உதாரணத்துக்கு, என் மனதில் ஆழமாக பதிந்திருக்கும் கதைகள் மிகச் சாதாரணமான மூன்று. இம் மூன்றும் சிறு வயதில் என் மனதில் பதிந்தவை.

ஒன்று 'ஆமை – முதல் கதை'

ஆமையை வம்புக்கென்றே ஓட்டப் பந்தயத்துக்கு அழைக்கும் முயல், நடுவழியில் படுத்து உறங்கிவிட, ஆமை நிதானமாக அதைத் தாண்டிச் சென்று அதை வென்று விடுகிறது.

'ஆணவம் உள்ளவன் அவமானப்படுவான்'–அதாவது 'தான்தான் உயர்வு' என்ற ஆணவம்கூடாது என்ற கருத்துக்காக எழுதப்பட்ட கதை இது.

அடுத்து 'புலி வருது புலி'

அதாவது மலையில் ஆடு மேய்க்கும் சிறுவன் விளையாட்டாக வேண்டும் என்றே 'புலி வருது, புலி வருது' என்று இரண்டு முறை பொய்யாக சத்தம் போட, இரண்டு முறையும் கூட்டம் முட்டாளாகி திரும்புகிறது. மூன்றாவது முறை நிஜமான புலியே வந்து விட, இவன் எவ்வளவு கத்தியும்... காப்பாற்ற ஆள் இல்லாமல் புலியால் அடிபட்டு இறந்து போய்விடுகிறான்.

இதில் இரண்டு கருத்துகள்.

ஒன்று – விளையாட்டு வினையாகும்! மற்றது – பொய் சொல்வது தப்பு!

மூன்றாவது கதை, ‘காக்கா – நரி கதை’

இதில் வரும் காக்காய்க்கு தான் குயில் இல்லை, தன் தொண்டையின் லட்சணம் இன்னதென்று நன்றாகவே தெரியும். இருப்பினும், வாயில் வடை வைத்திருந்தபோது நரி ‘பாடு’ என்றதும் பாட, வடை நரி வாயில் விழுகிறது.

இந்தக் கதையின் கருத்து – புகழ்ச்சிக்கு அடிமையாகக்கூடாது என்பது.

இந்த மூன்று கதைகளுமே என் மனதில், சொல்லப்பட்ட காலத்தில் இருந்தே மிகவும் ஆழமாக பதிந்த கதைகள். அதற்குக் காரணம், இந்தக் கதைகளில் இருக்கும் கருத்துகள், அந்த கருத்துகள் சொல்லப்பட்டிருக்கும் எளிமையான முறை.’ அதாவது, இரண்டு மூன்று நிமிடக் கதையிலேயே ஒரு அழகான கருத்தை தெளிவாக, அதேசமயம் எளிமையாக, சொல்லி இருக்கிறார்கள் என்றால் இரண்டரை மணி நேரம் ஓடக் கூடிய திரைப்படங்களின் கதைகளிலும் கண்டிப்பாக ஏதேனும் ஒரு கருத்து அமைய வேண்டும். அப்படி ஏதேனும் ஒரு கருத்தை மையமாக வைத்து, எளிமையாகச் சொல்லப்படும் கதைகள்தான் மக்கள் மனதில் ஆழமாகப் பதிகின்றன. பெரும் வெற்றியைப் பெறுகின்றன.

அடுத்தது – திரைப்படத்திற்குப் போய்விட்டு வரும் ஒருவரைப் பார்த்து, ‘என்னபடம் பார்த்தீர்கள்?’ என்றால், அவர் ‘ஆக்ஷன் (சண்டை) படம் பார்த்தேன்’ என்பார். அல்லது ‘காமெடிப்படம், மர்மப் படம் (Thriller), சென்டிமெண்ட் படம், விஞ்ஞான கற்பனைகள் (Science Fiction) என்று பல்வேறு வகைப் படங்களை கூறுவார்கள்.

ஆனால் என்னைப் பொறுத்தவரை, எந்தப் படமாக இருந்தாலும், அதற்கு அடிநாதமாக அமைவது – சென்டிமெண்ட்! ஏதேனும் ஒரு சென்டிமெண்டை அடித்தளமாக வைக்காமல் உருவாக்கப்படும் படங்கள் மிக மிக அரிது. ஏதாவது ஒரு சென்டிமெண்டை உயிரோட்டமாக வைத்து உருவாக்கப்படும் படங்கள்தான் மக்கள் மனதில் ஆழப் பதிகின்றன. – வெற்றி பெறுகின்றன – என்பது எனது சொந்த அபிப்பிராயம்; நான் கண்கூடாக நடைமுறையில் கண்ட அனுபவ உண்மையும்கூட!

சென்டிமெண்ட் என்பது மனதை நெகிழ வைப்பதாகும். ஆக்ஷன் (சண்டை) படங்கள் என்கிறோமே, இந்த ஆக்ஷன் படங்கள்கூட ஏதேனும் ஒரு சென்டிமெண்டை – மனதை நெகிழ வைக்கும் ஒரு சம்பவத்தை, உறவை மையமாக வைத்தே உருவாக்கப்படுகிறது.

உதாரணத்திற்கு, 'என்டர் தி டிராகன்' – புரூஸ்லீயின் மின்னல் வேகச் சண்டைகளால் இந்தப் படம் ஓகோவென்று ஓடியது என்பதுதான் பரவலான அபிப்பிராயம். அதி அற்புதமான சண்டைக் காட்சிகள் இருந்தாலும்கூட, 'என்டர் தி டிராகன்' படத்தின் கதையே ஒரு வலுவான சென்டிமெண்டை அடிப்படையாக வைத்துத்தான் உருவாக்கப்பட்டிருக்கிறது!

தங்கையை ஒரு கும்பல் கற்பழிக்கத் துரத்த, அவள் போராடிப் பார்த்து, ஒரு கட்டத்தில் தற்கொலை செய்து கொள்கிறாள். அந்தக் கும்பலை ஒழிப்பதற்காக கதாநாயகன் புறப்பட்டாலும், அவன் மனதில் இருக்கும் நோக்கம், அந்தக் கும்பலில் இருக்கும் தன் தங்கையின் மரணத்திற்கு காரணமானவர்களை பழிக்குப் பழி வாங்க வேண்டும் என்பதுதான்.

அதேபோல் 'ராம்போ (Rambo) படம் ராம்போவின் அடிப்படை – ஒரு வலுவான சென்டிமெண்ட்!

தாய்நாட்டுக்காக போர்க்களத்தில் உயிரை துச்சமாக மதித்து போராடிய ஒரு வீரன் நாடு திரும்புகிறான். ஆனால் அங்கு அவனுக்கு, ஒரு குற்றவாளிக்குக் கிடைக்கும் உபச்சாரம்தான் கிடைக்கிறது! அவ மரியாதை, ஏளனம் எல்லாவற்றுக்கும் மேலாக அதிகார ஆணவத்தின் தாக்குதல். இவற்றைப் பொறுக்க முடியாத அவன், பொங்கி எழுந்து நடத்தும் போராட்டம்தான் ராம்போ!

'என் சொந்த தேசத்துக்காக நான் உயிரை பணயம் வைத்தல்லவா போர்க்களத்தில் இரவும், பகலும் போராடினேன்! எனக்கு இந்த தேசத்தில் கிடைக்கும் மரியாதையும் வரவேற்பும் இதுதானா? எதிரி நாட்டான் என்னைத் தாக்கினான், துன்புறுத்தினான் என்றால், அவன் வேற்று நாட்டான். – அது அவன் கடமை, ஆனால் சொந்த தாய் நாட்டில் எனக்கு இப்படி ஒரு அனுபவம் ஏற்படலாமா? ஒரு ராணுவ வீரனுக்கே இப்படி என்றால், ஒரு சாதாரண குடிமகனின் நிலைதான் என்ன?'

பட முடிவில் கதாநாயகன் – சர்வ வல்லமை படைத்த போலீஸையே கதிகலங்க வைத்தவன் – கதறி அழுதபடி, மனமுடைந்து பேசும் பேச்சுகள் இவை. இந்த சென்டிமெண்ட்தான் ராம்போவின் ஜீவநாடி!

இதேபோல்தான் காமெடிப் படங்களும். சார்லி சாப்ளின் படங்கள் என்றால் விழுந்து விழுந்து சிரிக்கிறோம். ஆனால் அவரது ஒவ்வொரு படத்திலும் சென்டிமெண்ட்கள் ஏராளமாக இருக்கும்.

'Kid' என்னும் படத்தில்–ஒரு அனாதை இளைஞனுக்கும், ஏறக்குறைய அவன் நிலையிலேயே இருக்கும் ஒரு சிறுவனுக்கும் ஏற்படும் பாசப் பிணைப்புதான் கதை.

'Circus' என்ற படத்தில் – ஒரு சர்க்கஸ் கோமாளிக்கு ஏற்படும் ஒருதலைக் காதல்.

'Gold Rush'லும் ஒருதலைக் காதல்தான். தன்னைவிட பல மடங்கு உயர்ந்த ஒருத்தியை காதலிக்கும் ஒரு நடைபாதைப் பேர்வழி, நல்ல நிலைக்கு வந்ததும், மீள முடியாத துன்பத்தில் இருக்கும், தான் காதலித்தவளை மீட்டு அவளுடன் இணைகிறான்.

இப்படி – அவரது எல்லாப் படங்களும் மனம்விட்டு சிரிக்கும்படி இருந்தாலும், அவற்றின் ஊடாக வலுவான சென்டிமெண்ட்கள் உயிரோட்டமாக ஓடிக்கொண்டே இருக்கும்.

நமது நாட்டில் சார்லி சாப்ளினின் வழித் தோன்றல் என்று போற்றப்படும் இந்தித் திரைப்பட மேதை அமரர் ராஜ்கபூர் அவர்களின் படங்களிலும் ஏராளமான பொழுதுபோக்கு அம்சங்களோடு வலுவான சென்டிமெண்டும் அமைந்திருக்கும்.

'மேரா நாம் ஜோக்கர்' என்ற படத்தில் அவருக்கு ஒரு சர்க்கஸ் கோமாளி வேடம். ஒரு நாள், சர்க்கஸ் நிகழ்ச்சி ஆரம்பிக்கும்போது, அவர் தாய் இறந்துவிட்டதாக தந்தி வரும். இருந்தும், அதை ஜீரணித்துக்கொண்டு, சர்க்கஸில் கோமாளியாக வந்து நகைச்சுவை செய்வார். இப்படி, சென்டிமெண்ட் சீன்களை திறம்படப் பயன்படுத்துவது ராஜ்கபூரின் முத்திரை.

விஞ்ஞானக் கதைகளிலும்கூட (Science Fiction) நல்ல சென்டிமெண்ட் உள்ள படங்கள் பெருவெற்றி பெறுகின்றன,

'E, T'என்ற படத்தில் – வெளிகிரகத்தில் இருந்து ஒரு வினோத உயிரினம் பூமியில் வழி தவறி வந்து சேர்கிறது. இங்குள்ள விஞ் ஞானிகளும் காவல் துறையும் அதை ஆராய்ச்சிக்காக தேட, அதுவோ தன் தாய்க் கிரகம் செல்லத் துடிக்க, சிறுவர்கள் அதிசாகசங்கள் புரிந்து 'E,T'யை அது வந்த பறக்கும் தட்டு புறப்படவிருக்கும் கடைசி நிமிடத்தில் அதில் ஏற்றி, அதன் கிரகத்திற்கு அனுப்பிவிடுவார்கள். 'E, T'க்கும் அந்தச் சிறுவர்களுக்கும் இடையே உருவாகும் பாசமும், பிரிவில் இருவரும் படும் துயரமும் 'E,T'யின் வலுவான சென்டிமெண்ட்கள்.

திரைப்படங்கள் என்றில்லை, நமது நாட்டு இதிகாச காவியங்களை எடுத்துக்கொண்டாலும்கூட, வலுவான சென்டிமெண்ட் பின்னங்களைக் காணலாம்.

ராமாயணம் – மகன்மீது வைத்த பாசத்தால், சக்களத்தி மகனை காட்டுக்கு அனுப்பும் கைகேயியின் பெற்ற பாசம், 'தந்தையின் வார்த்தையைத் தட்டாத மகனின் பாசம்; கணவனோடு கால் குத்தும் கானகத்திற்குப் புறப்படும் மனைவியின் பாசம்; அண்ணனுக்காக அரச பதவியையும் ஏற்காத தம்பியின் பாசம்– இப்படி சென்டிமெண்ட்களின் சரமழைதான் ராமாயணம்!

அதேபோல் மகாபாரதத்திலும் கர்ணன் – குந்தி, திரௌபதி – கர்ணன்; காந்தாரி. – கௌரவர்கள் என ஒவ்வொரு பாத்திரப் படைப்பிலும் சென்டிமெண்ட்கள் ஏராளமாக இருக்கும்.

அரிச்சந்திரன் கதை – இதுவும் நம் நாட்டில் மிகவும் பிரபலமான கதை. இதில் மறந்தும் பொய் சொல்லாத ஒரு சத்திய சந்தன் – அரச பதவி துறந்து வெட்டியானாகிய பின்பும் மகன் இறந்தும், மனைவி ஏவல் பெண்ணாகியும்கூட, சத்தியத்தை விடாத சென்டிமெண்ட்!

இந்த மூன்று கதைகளுமே காலத்தை வென்று, பல்வேறு கலை வடிவங்களில் – காலட்சேபம், நாடகம், சினிமா, டி. வி என்று நம்மிடம் தலைமுறை தலைமுறையாக பவனி வருவதற்கு என்ன காரணம்? ஆழமான சென்டிமெண்ட்தான்!

ஏன் சென்டிமெண்ட் உள்ள கதைகள் மக்கள் மனதில் ஆழப் பதிகிறதென்றால், அடிப்படையில் மனிதன் தீவிரமான சென்டிமெண்ட் உணர்வுகள் கொண்டவன். இரு உண்மைச் சம்பவங்கள்–உதாரணத்துக்கு.

'கொடுங்கோலன், சர்வாதிகாரி' என்றெல்லாம் வர்ணிக்கப்பட்ட ஹிட்லர் தோல்வியுற்று தான் தற்கொலை செய்துகொண்டு சாகும்போது, தன்னுடன் தன் காதலியையும் சேர்த்துக்கொண்டுதான் மரணத்தைத் தழுவி இருக்கிறான்! இரக்கமற்ற அரக்கன் மனதிலும் ஒரு ஈர மூலை!

அதேபோல், இரண்டாம் உலக யுத்தத்தின்போது அமெரிக்கா, ஜப்பான்மீது அணுகுண்டு வீச முடிவெடுத்துவிட்டது. அணுகுண்டு அப்போதுதான் முதன்முதலாக நடைமுறைக்கு வருகிறது. எனவே, அந்த அணுகுண்டை வீச அமெரிக்க போர் விமானங்களுக்கிடையே கடும் போட்டி. தேர்வு செய்யப்பட்டவர்கள் மிகவும் பெருமிதத்துடன் விமானத்தை ஓட்டிச் சென்றனர். ஜப்பானின் ஹீரோஷிமா,

நாகசாகி நகரங்களின்மீது அணுகுண்டு வீசிவிட்டுத் திரும்புகையில், குனிந்து தரையைப் பார்த்தார்கள். அவ்வளவுதான்! 'இவ்வளவு பேரழிவிற்கு நாம் ஒரு கருவியாக இருந்துவிட்டோமே' என்ற குற்ற உணர்ச்சி அவர்கள் மனதைக் குத்த, வெகு சீக்கிரத்தில் அந்த விமானிகளில் சிலர் தற்கொலை செய்துகொண்டனர். சிலர் மனநிலை பாதிக்கப்பட்டு, பைத்தியமானார்கள். சிலர் மீளாக் குடிகாரர்களானார்கள்.

எனவே, மனிதமனம்–சென்டிமெண்டுக்கு வசப்பட்டது. எனவே, எந்த ஒரு சென்டிமெண்டையாவது அடிப்படையாக வைத்தோ அல்லது ஏதாவது சில சென்டிமெண்ட் சீன்களையாவது வைத்தோ கதை அமைப்பதுதான் சிறந்தது என்பது எனது சொந்தக் கருத்து.

●

11

ஒரு நெருக்கடியான கட்டத்தில், மிகவும் குறுகிய கால இடைவெளியில் ஏற்கனவே எழுதி வைத்திருந்த கதைகளை கைவிட்டு விட்டு புதிதாக வேறு ஒரு கதை பண்ணியாக வேண்டிய நிர்ப்பந்தம் எனக்கு இரண்டு முறை ஏற்பட்டிருக்கிறது.

ஒரு படம் பண்ண ஒப்புக்கொண்டு, ஒரு கதையையும் உருவாக்கி, படப்பிடிப்புக்கு இன்னும் ஒரு மாதம் இருக்கும் சூழ்நிலை. அப்போது வேறு ஒருவரின் புதுப் படம் ஒன்று வெளியானது. அந்தப் படக் கதையின் அடிப்படையும், நான் உருவாக்கியிருக்கும் கதையின் அடிப்படையும் ஒன்றாகவே இருந்தன. ஆனால் காட்சிகளும், கதைப் போக்கும் முற்றிலும் வேறாக இருந்தாலும், நான் ஏற்கனவே செய்து வைத்திருந்த கதையை விட்டுவிட்டு, வேறோரு கதையை உருவாக்க முடிவு செய்தேன். தயாரிப்பாளர்களோ, "சார் ! உங்க கதைக்கும், அந்தக்கதைக்கும் திரைக்கதையில எந்த சிமிலாரிட்டியும் இல்லை சார். ஒரு மாசத்துல இனி புதுசா கதை, திரைக்கதை எப்படி சார்? பேசாம இந்தக் கதையையே பண்ணுங்க" என்றார்கள்.

இருந்தாலும் என் மனம் ஒப்பவில்லை. ஒரு மாதத்தில், படப்பிடிப்புக்குப் போக வேண்டிய நிர்ப்பந்தத்தில் ஒரு கதையை உருவாக்கினேன். அதுதான் 'முந்தானை முடிச்சு'- வெள்ளி விழாப் படம் என்றால் உங்களுக்கு மட்டும் அல்ல, எனக்கேகூட ஆச்சரியமானதுதான்!

இதேபோல் சினிமாவுக்கு வந்த புதிதில், மிகக் குறுகிய காலத்தில் – அதாவது படப்பிடிப்புக்கு பத்தே நாட்கள் இருக்கும் சூழலில்– செய்து வைத்திருந்த கதையை மாற்றி, வேறொரு கதையை உருவாக்கி படமாக்கி இருக்கிறேன். (இந்த சம்பவத்தைப் பற்றி இக் கட்டுரையில் முன்பே விரிவாகக் கூறியிருக்கிறேன்). அதுதான் 'இன்று போய் நாளை வா'– 100 நாட்கள் ஓடிய படம்.

இந்த இரண்டு சந்தர்ப்பங்களிலும் நெருக்கடியான, ஒரு நிர்ப்பந்தத்தின்பேரில், மிகக் குறுகிய கால இடைவெளியில் புதுக் கதைகளை உருவாக்க எனக்கு உதவியது–எனது சொந்த அனுபவங்கள்தான்.

ஒரு அழகான பெண் ஒரு வீதிக்கு குடி வருகிறாள். அந்த வீதியில் இருக்கும் மூன்று இளைஞர்கள் – நெருங்கிய நண்பர்கள் – அவளைக் காதலிக்க ஆரம்பிக்கிறார்கள். இந்த காதல், அவர்கள் நட்பை எப்படி எல்லாம் பாதிக்கிறது. அவள் மனதைக் கவர எப்படி ஒருவருக்கொருவர் போட்டி போடுகிறார்கள் என்பதுதான் 'இன்று போய் நாளை வா' கதையின் அடிப்படை. இது எனக்கு நேரடியாக ஏற்பட்ட எனது சொந்த அனுபவம்.

'முந்தானை முடிச்சு' கதை எனது சொந்த அனுபவமில்லை! சிறு வயதில் எனக்கு நன்கு தெரிந்த ஒருவரது வாழ்க்கை அனுபவம். அவர் மனைவியை இழந்தவர். ஒரு குழந்தைக்குத் தந்தை. அவரது சம்மதத்தை பெறாமலேயே கட்டாயப்படுத்தி அவருக்கு இரண்டாவது திருமணம் செய்விக்கப்பட்டது. எங்கே தனது குழந்தை இரண்டாவது தாரத்தால் கொடுமைப்படுத்தப் படுமோ என்ற ஐயத்தால் அவர் புது மனைவியுடன் சுமூகமான வாழ்வில் ஈடுபடவே இல்லை.

இது நான் கண்கூடாகக் கண்ட, அடுத்தவரின் அனுபவம்.

குறுகிய காலகட்டத்தில் கதை பண்ண வேண்டிய சூழலில் எனக்கு உதவியாக இருந்தது – என்னுடைய சொந்த அனுபவம் அல்லது நான் நன்கு அறிந்த பிறத்தியாருடைய வாழ்க்கை அனுபவம்.

இந்த இரண்டு படங்களுமே வெற்றி பெற்றதற்கும், மக்கள் மனதில் நன்கு பதிந்ததற்கும் முக்கியக் காரணம் – இவை அனுபவக் கதைகளாக இருந்ததுதான்.

எனவே, எந்தக் கதையாக இருந்தாலும், அது நம்முடைய சொந்த அனுபவத்தையோ அல்லது நாம் அறிந்த பிறர் அனுபவத்தையோ அடிப்டையாகக் கொண்டிருக்க வேண்டும் என்பது எனது தீர்க்கமான கருத்து. இப்படி அமையும் கதைகள்தான் மக்கள் மனதிற்கு நெருக்மாக இருக்கும். காலத்தை வெல்லும் படங்களாக அமையும். எனவே, எந்த ஒரு கதையும், எல்லாரும் அனுபவித்த, அனுபவித்துக்கொண்டிருக்கிற, அனுபவிக்கப் போகிற ஒரு சூழலில் இருக்க வேண்டியது – ஒரு கதை உருவாக்கத்தின்போது மனதில் கொள்ளவேண்டிய மிக முக்கியமான ஒன்று.

இதை ஏன் இவ்வளவு ஆணித்தரமாகக் கூறுகிறேன் என்றால், நடைமுறையில் வெளிவரும் படங்களை பல ரகமாக வரிசைப் படுத்திப் பார்க்கும்போது, அனுபவங்களை மையமாக வைத்து எடுக்கப்படும் படங்கள்தான் அதிக அளவில் வந்திருப்பது புலனாகும்.

உதாரணத்துக்கு, ராணுவம் சம்பந்தப்பட்ட கதைகளை எடுத்துக் கொள்வோம். உலகில் பல மொழிகளிலும் அதிகமாக கையாளப் பட்ட கதைகள்–போரையும், போர்க்கால வாழ்க்கையையும் மையமாக வைத்து உருவானவைதான். இந்த ராணுவக் கதைகள் எல்லாம் முதல் உலக யுத்தத்தின்போது, இரண்டாவது உலக யுத்தத்தின்போது, வியட்னாம் யுத்தத்தின்போது, ரஷ்ய விடுதலைப் போரின்போது என்று, ஏதாவது ஒரு உண்மையாக நடந்த போரில் ஏற்பட்ட அனுபவங்களை மையமாக வைத்து, அந்த நிஜ கால கட்டத்தைக் காட்டும் படமாகவே இருக்கும்.

அதே போல்தான், ஒரு ஊருக்கு ஒருவன் அல்லது ஒருத்தி புதிதாக செல்கிறார்கள். அங்கு அவர்களுக்கு ஏற்படும் பிச்சனை? அல்லது அவர்களால் உருவாகும் பிரச்சனை– இதை மையமாக வைத்து ஏராளமான படங்கள் வந்திருக்கின்றன. இவையும் நம்முடைய அனுபவங்கள்தான். நாமே எந்த ஊருக்காவது போயிருப்போம் ஏதேனும் சுவாரஸ்யமான சம்பவங்கள் நிகழ்ந்திருக்கலாம்.

அதேபோல்தான் காதல் கதைகளும். இருவர் காதலிக்கிறார்கள், அவர்கள் சேர்வதற்கு ஏதாவது ஒரு ரூபத்தில்– ஜாதி, மதம், பணம், குடும்பப் பகை என்று பிரச்சனைகள் உருவாகும். இதுவும் நாமே அனுபவித்த அல்லது அறிந்த அனுபவமாகத்தான் இருக்கும்.

அதேபோல்தான் கணவன்–மனைவி குடும்ப வாழ்வு. அன்னியோயமாக வாழும் இருவர் பிரிந்தால் அல்லது பிரிந்தவர்கள் இணைந்தால், என்னென்ன சம்பவங்கள் உருவாகும், இதுவும் பல படங்களில் கையாளப்பட்ட அடிப்படை. இந்த அடிப்படையும் அனுபவ அடிப்படைதான்!

அடுத்து, கொள்கைப் போராட்டங்கள். போலீஸ் போன்ற பொறுப்புள்ள அதிகார வர்க்கத்தில் இருக்கும் ஒரு நல்லவனுக்கும், பண அந்தஸ்தில் இருக்கும் ஒரு கெட்டவனுக்கும் இடையே போராட்டம் வரலாம், இது சமீபத்தில் வெளிவந்த 'புலன் விசாரணை'. 'இதுதாண்டா போலீஸ்', 'வைஜெயந்தி ஐ. பி. எஸ்.' படங்களின் அடிப்படை. இவை உண்மை அனுபவங்களை மையமாக வைத்து உருவாக்கப்பட்ட படங்கள்.

‘வைஜெயந்தி ஐ. பி. எஸ்.’ – பெண் போலீஸ் அதிகாரி கிரண் பேடியின் அனுபவங்களை மையமாக வைத்து உருவான படம்.

‘புலன் விசாரனை’ – ஆட்டோ சங்கர் வாழ்க்கையை மையமாக வைத்து உருவான படம்.

அதேபோல், ஒரு சாதாரண குடிமகன், அதிகார வர்க்கத்தை எதிர்த்துப் போராடும் படங்களும் பல வந்திருக்கின்றன. ஆங்கிலத்தில் ‘ராம்போ’. தமிழில் முன்பு ‘சக்கரம்’. சமீபத்தில் ‘மலையூர் மம்பட்டியான்’– இப்படி.

‘Science Fiction’ எனப்படும் விஞ்ஞானக் கதைகள் மட்டும்தான் முற்றிலும் கற்பனையாக இருக்குமே தவிர, மற்ற படங்கள் எல்லாம் மேற்குறிபிட்டபடி, உண்மை அனுபவங்களை அடிப்படையாக வைத்து உருவாக்கப்படும் படங்களாகத்தான் இருக்கும்.

எனவே, ஒவ்வொரு மனிதனும் ஒரு கதாசிரியர்தான். அவரவர், தன் வாழ்க்கை அனுபவங்களை திரும்பத் திரும்ப அசை போட வேண்டும் நிச்சயமாக அதில் சுவாரஸ்யமான, நெருடலான, சோகமான, அதிர்ச்சியான எத்தனையோ சம்பவங்கள் இருக்கும். அதில் எது கதையாக வரும் அளவு இருக்கிறது என்று கண்டு பிடிப்பவனே பிரபலமான கதாசிரியன் ஆகிறான்.

‘Truth is stranger than fiction’– உண்மை கற்பனையைவிட வினோதமானது.

எனவே, கதைக்காக கனவுலகிலும் கற்பனை உலகிலும் சஞ் சரிப்பதைவிட, அவரவர் ‘ஃப்ளாஷ் பேக்’கை புரட்டிப் பார்ப்பதே கதை சொல்வதற்கான முதல் வழி. பார்ப்பது, படிப்பது, கேள்விப் படுவது, இன்ஸ்பிரேஷன், ஒன்றிலிருந்து ஒன்று, உல்டா செய்வது – இவை எல்லாம் பின்னால் நமக்குள் அதுவாக வளரும் வழிமுறைகள்.

●

12

சினிமா பார்ப்பதென்பது எல்லோருக்கும், எப்போதும் ஒரு சுகமான விஷயம். இதில் ஒவ்வொருவருக்கும் ஒவ்வொருவிதமான ரசனை இருக்கும். குறிப்பிட்ட நடிகரின் படங்களை விரும்பிப் பார்ப்பது அல்லது குறிப்பிட்டவிதமான படங்களைப் பார்ப்பது, சண்டைப் படங்களை, பாடல் காட்சிகள் சிறப்பாக இருக்கும் படங்களை, காமெடி படங்களைப் பார்ப்பது – இப்படி.

இந்தமாதிரி நானும் என் இளம் பிராயத்தில் சில வகைப் படங்களை விரும்பிப் பார்ப்பது வழக்கம். குறிப்பாக, கலகலப்பான காட்சி அமைப்புகள், சண்டை, பாடல்களுக்காக எம். ஜி. ஆர் படங்களையும், அழுத்தமான கதை, உணர்ச்சிகரமான நடிப்புக்காக சிவாஜி படங்களையும், நம் படங்களில் இருந்து மாறுபட்டிருக்கும் காரணத்தால் ஆங்கிலப் படங்களையும் விரும்பிப் பார்ப்பேன். இவை பலராலும் விரும்பிப் பார்க்கப்படும் படங்கள்தான். ஆனால், வேறொரு வகை படங்களையும் நான் உடனுக்குடன் பார்க்கும் பழக்கத்தை வைத்திருந்தேன். அவை...

"படம் ரொம்ப மோசம். எதுவுமே சரியில்லை!"

"கால்வாசி நல்லா இருந்துச்சு. அதுக்கப்புறம் நல்லாவே இல்லை..."

"படமா எடுத்துருக்கான்? ஒரே போர்" போன்ற கமெண்ட்களோடு, ஏறக்குறைய தியேட்டரே காலியாக இருக்கும் 'டப்பா' படங்கள்!

இப்படி, ரிலீஸாகி மூன்றாவது நாளே படுத்துவிட்ட படங்களை நான் உடனே பார்ப்பதற்கு ஒரு காரணம் இருந்தது. சினிமா என்பது எத்தனையோ பேரின் கூட்டு முயற்சி. உடல் உழைப்பிலும் சரி, மூளை உழைப்பிலும் சரி, லட்சக்கணக்கான ரூபாய்கள் முதலீட்டிலும் சரி... பலரது பங்கேற்போடு, மக்களின் அங்கீகாரத்திற்காக வெளியிடப்படும் ஒரு படைப்பு. ஏன் 'அது

சரியில்லை, இது நல்லா இல்லை' என்று நிராகரிக்கப்படுகிறது? தமிழ்ப் படங்கள்தான் என்றில்லை, எப்போதும் ஒரு தரத்துடனும், மெச்சூரிட்டியுடனும் உருவாக்கப்படும் ஆங்கிலப் படங்களில்கூட சில படங்கள் இப்படிப்பட்ட கமெண்ட்களுக்கு ஆளாவதுண்டு!

இது ஏன்? எதனால் இந்தப் படங்களை மக்கள் நிராகரித்து விட்டார்கள்? எந்தெந்த அம்சங்கள் இந்தப் படங்களில் மக்களுக்குப் பிடிக்கவில்லை? அல்லது சுவாரஸ்யமாக இல்லாமல் போரடித்துவிட்டன?

இதைத் தெரிந்துகொள்வதற்காகவே நான் இந்த தோல்விப் படங்களை உடனே பார்ப்பது வழக்கமாக இருந்தது.

இது பின்னாளில் நான் சினிமாவில் நுழைந்து என் படங்களுக்கு கதை எழுதத் துவங்கையில் பெரிதும் உதவியாக இருந்தது. நான் எடுத்துக் கொள்ளும் கதைகளில் 'இது புதிதாக இருக்கிறதா? இது மக்களுக்குப் பிடித்தமானதாக இருக்குமா?' என்று காட்சி அமைப்பின்போது மண்டையை உடைத்துக் கொள்ளாமல், 'இந்தக் காட்சி, நாம் முன்பு பார்த்த அந்த சரியில்லாத காட்சிகளாக, மக்களால் நிராகரிக்கப்பட்டதாக இல்லையே?' என்று கேள்வி எழுப்பி, இப்படிப்பட்ட காட்சிகளைக் கண்டிப்பாக தவிர்த்து விடுவேன்.

இதனால்தான் நான் இயக்கி வெளிவந்த படங்கள்–50 நாட்கள், 75 நாட்கள், 100 நாட்கள் என்று படிப்படியாக வெற்றியை விரிவுபடுத்தின!

இப்படி ஒரு ஒன்பது, பத்து படங்கள் வரை இந்த பாணியில் தொடர்ந்து வெற்றிப் படிகளில் ஏறிய நான், அதன்பின் அதை விட்டு ஒரு மூன்று படங்களில் சறுக்கினேன்.

முதலாவதாக 'தாவணிக் கனவுகள்'

இதில் நான் எடுத்துக்கொண்ட பிரச்சனை பலருக்கும் இருக்கும், மனதைத் தொடும் ஒரு பிரச்சனைதான்.

திருமண வயதில் நிற்கும் தங்கைகளை கரையேற்ற ஒரு அண்ணன் என்ன பாடுபடுகிறான் என்பதுதான் தாவணிக் கனவுகளின் மையக் கரு. ஆனால், இந்தப் பிரச்சனையை கதாநாயகன் சமாளித்த விதம்தான் நடைமுறையில் அதிகம் ஒத்து வராத ஒரு வழியாகிவிட்டது.

ஒரே நாளில் அவன் சினிமா நட்சத்திரமாக உயர்ந்து, லட்ச லட்சமாக சம்பாதித்து, தங்கைகளுக்குத் திருமணம் செய்வித்து

விடுகிறான். எத்தனை பேர் சினிமாவில் 'ஓகோ' வென்று வந்து, தங்கள் கஷ்டங்களைத் தீர்த்துக் கொள்கிறார்கள்? இது எதார்த்தமில்லாத ஒன்றாயிற்றே? அதுவும் இல்லாமல், பாதிப் படம் வரை 'தங்கைக்காக போராடும் அண்ணன்' என்கிற கதாபாத்திரமாக என்னைப் பார்த்த மக்கள், அந்த ஹீரோ சினிமாவில் சேர்ந்து புகழடையும் காட்சிகளை நிஜ பாக்யராஜின் திரை வாழ்க்கைச் சம்பவங்களாக எடுத்துக்கொண்டு விட்டார்கள். இது மூலக் கதையிலிருந்து படம் பார்ப்பவர்களை திசை திருப்பி விட்டது.

எனவே, கதையின் அடிப்படைப் பிரச்சனை என்னதான் மனதைத் தொடுவதாக இருந்தாலும், அந்த பிரச்சனையைத் தீர்க்கும் வழிமுறை, நடைமுறைக்கு அதிகம் சாத்தியம் இல்லாத ஒன்றாக இருந்தால்... அந்தப் படம் மக்களால் நிராகரிக்கப்படும் என்பதற்கு 'தாவணிக் கனவுகள்' ஒரு உதாரணம்.

அடுத்தது 'சின்ன வீடு'

இந்தப் படத்தின் பிரச்சனையும் சரி, அதன் தீர்வும் சரி... நூற்றுக்கு நூறு எதார்த்தமானவை.

'பெண்டாட்டி அழகாக, கண்ணுக்கு லட்சணமாக இல்லை என்று, வேறுபக்கம் கவனத்தைத் திருப்பும் ஆண்கள், தாங்கள் எந்த அளவுக்கு சுந்தர புருஷனாக இருக்கிறோம், தங்கள் மனைவி எப்படி தங்களை சகித்துக் கொள்கிறாள் என்பதையும் ஒரு கணம் யோசித்துப் பார்த்து, போற்றி, மனைவியின் புற அழகைக் கண்டு வெறுக்காமல், குணநலன்களை ரசிக்க வேண்டும்' இதுவே 'சின்ன வீடு' கதையின் கரு.

ஆனால், மிகவும் நடைமுறைச் சாத்தியமுள்ள 'சின்ன வீடு' எதிர்பார்த்த அளவு ஓடாததற்கு காரணத்தை என்னுடைய பாட்டி மூலம் தெரிந்துகொண்டேன்!

அவர் என்னுடைய எல்லாப் படங்களையும் தொடர்ந்து பார்ப்பார். அவர் சின்ன வீட்டைப் பார்த்துவிட்டு வந்து, "என்னடா... இப்படி பண்ணிப் போட்டியே? பாவம் அந்தப் புள்ளை. எவ்வளவு அமைதியா, அடக்க ஒடுக்கமா இருந்தா! கொஞ்சம் ஆள் தடிமனா இருந்தாங்கறதுக்காக இப்படி எல்லாம் பண்றதா? ஏன், உங்கம்மாகூட தடிமன்தான்! இதுக்காக கட்டின பொண்டாட்டியை விட்டுட்டு கண்டவ கூடவும் போயி... ச்சே! அக்கம் பக்கத்து பொம்பளைங்க மூஞ்சியில இனி நான் எப்படி முழிக்கறது?" என்று ஒரு பாட்டம் திட்டித் தீர்த்தார். அதாவது, என் 'இமேஜ்' என்னையே பாதிப்புக்கு உள்ளாக்கியது!

‘மௌன கீதங்களி’ல் மனைவிக்கு அடங்கின கணவனாக, முந்தானை முடிச்சில் மறைந்த முதல் மனைவியின் ஞாபகங்களால் இரண்டாவது திருமணத்துக்கு சம்மதிக்காதவனாக என்னைப் பார்த்து, நான் என்றால் மனதில் ஒரு இமேஜை–தோற்றத்தை உருவாக்கிக்கொண்ட ரசிகர்களுக்கு ‘சின்ன வீட்டில்’ என் கேரக்டர், ஒரு அதிர்ச்சியாகவே இருந்திருக்கும், என் இமேஜ்தான் ‘சின்ன வீடு’ சரியாகப் போகாததற்கு ஒரு முக்கியக் காரணம்.

‘ஆக்ரி ராஸ்தா’ தயாரிப்பாளர் திரு. பூர்ண சந்திர ராவ் அவர்கள், தான் இந்தியில் எடுக்கவிருக்கும் புதுப் படத்திற்கு ஒரு கதையைப் பண்ண இருப்பதாக ஒரு ஆங்கிலப் பட கேசட்டை என்னிடம் கொடுத்து, கதையைப் பற்றிய என்னுடைய அபிப்பிராயத்தைக் கேட்டார். அது ‘Fatal Attraction’ (ஃபாடல் அட்ராக்ஷன்) என்ற படம். இந்தப்படம் மேல் நாட்டில் சூப்பர் ஹிட்டாம். இந்தப் படத்தின் கதையும், சின்ன வீட்டின் கதையும் ஒரே பேஸ்தான்!

ஃபாடல் அட்ராக்ஷனில் ஒரு சாதாரண நடுத்தரக் குடும்பம். ஒரு கணவன் – மனைவி – குழந்தை. கணவனுக்கு ஒரு சந்தர்ப்பத்தில் இன்னொரு பெண்ணோடு தொடர்பு ஏற்படும். சில நாட்கள் காட்டுத் தீயாக அந்தத் தொடர்பு எரிந்து, தணிந்து விடும். –கணவனைக் பொறுத்தவரையில். ஆனால், அந்தப் பெண்ணோ, அந்த சில நாள் உறவை மறக்காமல், மீண்டும் அதைத் தொடர அவனை தொல்லைப்படுத்துவாள், அந்தப் அப்பாவிக் கணவன் பயந்து போய், தன் மனைவியிடம் உண்மையைக் கூறி விடுவான். மனைவி, கணவனுக்குத் துணையாய் நிற்கிறாள். அந்தப் பெண் அதனால் பெரும் கோபமுற்று, அந்தக் குடும்பத்தையே அழிக்க முயல... இறுதியில் கணவனும், மனைவியும் மயிரிழையில் அவளின் ஆவேசத்திலிருந்து தப்பிக்கிறார்கள்.

இதில் கதாநாயகனாக நடித்த நடிகருக்கென்று பெரிய, குறிப்பிட்ட இமேஜ் ஏதுமில்லை. ஆகவே, அவரை அந்த பாத்திரமாகவே மக்கள் ஏற்றுக்கொண்டு விட்டார்கள். படமும் மக்கள் மனதைத் தொட்டு, பெரு வெற்றி பெற்றிருக்கிறது.

எனக்கு என்றில்லை, பெரிய நடிகர்களை வைத்து பண்ணப் படும் எந்த ஒரு படத்திற்கு கிடைக்கும் வரவேற்புக்கும், அவரது இமேஜ் ஒரு முக்கிய காரணமாக இருக்கும்.

புரட்சித் தலைவர் எம். ஜி. ஆர். அவர்கள் நடித்த ‘பெற்றால்தான் பிள்ளையா?’– உருக்கமான கதையம்சம்கொண்ட படம். வழக்கமான அவரது வீர, தீர, காதல் சாகசங்களில் இருந்து

முற்றிலும் மாறுபட்ட படம். ஆனால், படம் பார்த்துவிட்டு வந்த ரசிகர்கள், "என்னாப்பா... இதுல வாத்தியாருக்கு ஃபைட்டே சரியா இல்லப்பா" என்று தங்கள் ஆதங்கத்தை வெளிப்படுத்தினார்கள். அதேபோல் வேறொரு படத்தில் எம். ஜி. ஆர். அவர்கள், மறைந்த திரு. அசோகன் காலில் விழ, தியேட்டரில் கோபத்தில் ரசிகர்கள் காட்டுக் கத்தல்! ('தாய்க்குத் தலைமகனோ' 'தாழம்பூ'வோ நினைவில்லை)

அதேபோல் ரஜினிகாந்தின் நூறுவது படமான 'ராகவேந்திரரை'ப் பார்த்து விட்டு வந்த அவரது சில அப்பாவி ரசிகர்கள், "கடைசி வரைக்கும் நம்ம தலைவரு மாறு வேஷத்தைக் கலைக்கவே இல்லையே..." என்று விளையாட்டாக கூறினார்களாம்!

எனவே, எந்த ஒரு நடிகரைப் பற்றியும் குறிப்பிட்ட அபிப்பிராயம் இமேஜ்? மக்கள் மனதில் இருக்கும்போது, அதற்கு மாறாக எவ்வளவுதான் நல்ல கதையாக, நல்ல படமாக எடுத்தாலும்... அது எதிர்பார்த்த வெற்றியைப் பெறாது.

மூன்றாவதாக 'ஆராரோ ஆரிரரோ'

இந்தப் படத்தை உருவாக்கும்போதே நான் பேட்டிகளில், "ஒரு நல்ல நோக்கமுள்ள உருக்கமான கதையை எடுத்துக் கொண்டிருக்கிறேன். குறிப்பாக இதில் வரும் கதாநாயகி பாத்திரத்தில் நடிப்பவர், நிச்சயம் பல விருதுகளைப் பெறுவார்" என்று கணித்திருந்தேன். அதேபோல் 'ஆராரோ ஆரிரரோ' பலராலும் நல்ல படம் என்றும், பத்திரிகைகளின் பாராட்டையும் அள்ளிக்குவித்தது. பானுப்பிரியாவின் நடிப்பு ஓகோவென்று புகழப்பட்டு, அவர் பல விருதுகளைப் பெற்றார். ஆனால்... படம் எதிர்பார்த்த அளவு ஓடவில்லை!

இதற்கு பலரும் பல காரணங்களைக் கூறினார்கள்.

"அரசியல்தான் காரணம். அ. தி. மு. க வை விட்டு விலகி, எதிர்ப்பாக இருந்தது. தி. மு. கவுக்கு ஆதரவு அளித்தது. இதனால் அரசியல் அபிமானம் உள்ள பழைய ரசிகர்கள், படத்தைப் புறக்கணித்துவிட்டார்கள்" என்றார்கள்.

சிலர், "கதை தப்பான கதை, யாரோ பெத்த குழந்தையை யாரோ ஏற்பது ஆன்ட்டி சென்டிமெண்ட்" என்றார்கள்.

ஆனால், வேறுசிலர், "படம் நன்றாகத்தான் இருக்கிறது. ஆனால் ஏதோ ஒன்று குறைகிறாற்போல் தெரிகிறது. எதுவென்று தெரியவில்லை" என்று குறிப்பிட்டார்கள்.

நண்பர் பாலகுமாரன்கூட, இதேபோன்ற ஒரு கருத்தை தெரிவித்தார். எனக்கும் என்னவோ குறைவது போல் தெரிகிறதே தவிர, அது என்ன என்று சரியாகப் பிடிபடவில்லை.

'ஆராரோ ஆரிரரோ' வெளியாகி ஒரு மாதம் பொறுத்து, ஒரு ஆங்கிலப்பட கேசட்டைப் பார்த்தேன், என் குழப்பத்திற்கு தெளிவு கிடைத்தது.

13

அந்த கேசட்டை மட்டும் நான் முன்பே பார்த்திருந்தால், 'ஆராரோ ஆரிரரோ'வின் திரைக்கதையை வேறுமாதிரி அமைத்திருப்பேன். காரணம், அந்தப் படமும், 'ஆராரோ ஆரிரரோ' படமும் அடிப்படைக் கதையில் ஒன்றுதான். ஆனால், படமாகப் பார்க்கும்போது, நூற்றுக்கு நூறு வேறுபடும். அந்த ஆங்கிலப் படத்தின் பெயர் 'லுக் ஹூ இஸ் டாக்கிங்' (Look who is talking). 'அட, யார் பேசறாங்கன்னு பாரேன்'–என்ற அர்த்தம். அதன் கதை இதுதான்.

திருமணமாகாத ஒரு பெண் கர்ப்பமாகிறாள். தான் கர்ப்பமாக இருக்கும் விவரத்தை தன் காதலனிடம் சொல்லி, தன்னை எப்படியாவது மணம் புரிந்துகொள்ள வேண்டுகிறாள். ஆனால், அவன் உடனே திருமணம் புரிவதில் சில சிக்கல்கள் இருப்பதால், அந்தச் சிக்கல்கள் தீர்ந்ததும் அவளை மணம் புரிந்துகொள்வதாகக் கூறுகிறான்.

திருமணம் தாமதப்படும் நிலையில், அவள் தாயானால் குடும்பத்திலும், சமுகத்திலும் ஏற்படப் போகும் பேச்சுகளைக் கருதி, கருச் சிதைவு செய்ய முடிவெடுத்து, காதலன் விருப்பத்திற்கு இணங்க டாக்டரிடம் போகிறாள். டாக்டர், அவள் உடல் நிலை இருக்கும் நிலவரத்தில், கருச் சிதைவு செய்வது ஊயிருக்கே ஆபத்தாகும் என்று கூறுகிறார். மேலும் கர்ப்பத்திற்குக் காரணமானவன் சிறிதுகாலம் பொறுத்து உறுதியாக திருமணம் செய்துகொள்ளப் போகிறான் என்ற நிலையில், அந்த குழந்தையைப் பெறுவதால் எந்தப் பாதிப்பும் வராது என்று டாக்டர் கூற, அவளுக்கும் அது சரி என்றுபட, பிள்ளைப் பேறுக்குத் தயாராகிறாள்.

பிறக்கப் போகும் குழ்ந்தைக்காக அவள் எவ்வளவோ ஆர்வத்துடன் பல பொருட்களை வாங்கிச் சேகரிக்கிறாள். அதே நேரம், குழந்தைப் பேறுக்குள் எப்படியாவது திருமணம் செய்து கொள்ள வேண்டும் என்று காதலனை வற்புறுத்தி, சம்மதிக்க வைத்து, திருமண உடைகளை எல்லாம் தைத்துவிடுகிறாள். இப்போது அவள் நிறைமாதக் கர்ப்பிணி.

திருமண உடைகள் சரியாக தைக்கப்பட்டிருக்கிறதா என்று பார்க்க, தையல் கடைக்குப் போனாள். டிரஸ்ஸிங் ரூம் கதவைப் திறந்தால் அதிர்ச்சி! உள்ளே அவள் காதலன், வேறு எவளுடனோ சல்லாபித்துக்கொண்டிருக்கிறான்! அங்கேயே அவனை கன்னா பின்னாவென்று திட்டிவிட்டு, அவன் கூறும் எந்த சமாதானத்தையும் ஏற்காமல், வெளியே ஆக்ரோஷத்துடன் ‘தடா புடா’வென்று ஓடி வந்தவளுக்கு, வீதியில் பிளாட்பாரத்திலேயே பிரசவ வலி ஏற்பட்டு விடுகிறது. ‘டாக்ஸி... டாக்ஸி’ என்று பல முறை கத்திப் பார்த்தும், எந்த டாக்ஸியும் நிற்பதில்லை.

அப்போது, நாலைந்து திருப்பங்கள் தாண்டி நிற்கும் ஒரு டாக்ஸி டிரைவர், அவள் துடிப்பதைப் பார்த்து, அவசரமாக டாக்ஸியை எடுத்து, நெரிசலான போக்குவரத்தில் குறுக்கும் நெடுக்குமாக சிக்னலை மீறி வண்டியை ஓட்டி, போக்குவரத்தையே ஸ்தம்பிக்கச் செய்து, அவளை அடைந்து... டாக்ஸியில் ஏற்றுக்கொண்டு வேக வேகமாக ஓட்டுகிறான். பின்னால் போலீஸ் துரத்துகிறது–அவன் போக்குவரத்தில் குழப்பம் ஏற்படுத்தியதற்காக!

டாக்ஸியில் அவள்படும் பிரசவ வேதனையை சமாளிக்க அவன் ஏக கரிசனத்துடன் சில வழிமுறைகளைச் சொன்னாலும், ‘குழந்தைக்கு யார் அப்பா? அவர் ஏன் உடன் வரவில்லை?’ என்று தொணதொணத்து, அவள் பிரசவ வேதனை போதாது, தானும் ஒரு தலைவலி ஆகிறான். குண்டும், குழியுமான பாதையில் படு வேகமான சவாரி வேறு! ஒரு வழியாக பிரசவ ஆஸ்பத்திரி வருகிறது. அங்கே அவளை உள்ளே கொண்டு செல்ல ஒரு ‘ஸ்ட்ரெச்சர்’கூட இல்லை! அவனே தட்டுத் தடுமாறி, ஒரு ஸ்ட்ரெச்சரை தேடிப் பிடித்து, அவளை ஆஸ்பத்திரிக்குள் அழைத்துக் சென்றால், அங்கு எல்லா டாக்டர்களும் ஏக பிஸி. அங்கும் இங்கும் அலை மோதி, ஒரு டாக்டரைப் பிடிக்கிறான். அந்த டாக்டர், ‘எனக்கு உதவிக்குக்கூட ஒரு ஆளும் இல்லை. நீ வா’ என்று அவனை உதவிக்கு அழைக்கிறார். அவர், அவனை அவளுடைய கணவன் என்று நினைத்துக்கொண்டதால், எதார்த்தமாக மனைவி பிரசவத்தின்போது கணவன் உடனிருப்பதில் தவறில்லை என்று உதவிக்கு வைத்துக் கொள்கிறார்.

டிரைவரும் பிரசவத்திற்கு எல்லா உதவியும் செய்கிறான். பிரசவம் முடிந்து சுயநினைவு பெற்ற அவள், விபரம் அறிந்து, 'ஒரு அன்னியன் எப்படி தன்னை பிரசவ நேரத்தில் பார்க்கலாம்?' என்று ஏக சத்தம் போடுகிறாள். அவன் எந்த விளக்கம் சொல்லியும் ஏற்றுக் கொள்கிற வழியாய் இல்லை.

அவள் டிஸ்சார்ஜ் ஆகி வீட்டில் இருக்கும்போது அதே டிரைவர் ஒரு நாள் வீட்டுக்கு வருகிறான். 'நீ எதற்கு இங்கு வந்தாய்?' என்று அவள் கத்த, 'நீ டாக்ஸியில் பிரசவத்துக்கு வரும்போது உன் ஹேண்ட் பேக்கை விட்டுவிட்டாய். அதை கொடுத்துவிட்டுப் போக வந்தேன்' என்று கூறிவிட்டு, சர்வ சுதந்திரமாக தொட்டிலில் இருக்கும் குழந்தையிடம் சென்று கொஞ்சி விளையாடுகிறான்.

'இவ்வளவு ஹெல்ப் பண்ணியிருக்கிறேனே, எனக்கு ஒரு கப் காப்பிகூட கிடையாதா?' என்று அங்கு ஒரு கிண்ணத்தில் வைக்கப்பட்டிருக்கும் பாலை குடிக்கப்போக அவள், 'ஐயையோ! அது ப்ரெஸ்ட் மில்க் (தாய்ப்பால்)' என்று கத்த... அவன் 'உவ்வே' என்று துப்ப, ஒரே கலாட்டா!

இதற்கிடையில் அவள் கைக்குழந்தையையும் வைத்துக்கொண்டு, வேலைக்கும் போய், குழந்தையை கவனித்துக்கொள்ள ஆள் இல்லாமல் சிரமப்படுவது காட்டப்படுகிறது.

இப்போது, ஒரு நாள் அவள் வெளியே போய்விட்டு வரும்போது அந்த டிரைவர் அவள் வீட்டு லெட்டர் பாக்ஸை (தபால் வந்து சேரும் பெட்டி) திறக்க முயற்சிப்பதைப் பார்த்து அவனை சத்தம் போட, அவன் தனக்கு ஒரு கடிதம் அந்தப்பெட்டியில் வந்திருக்கும் என்கிறான். 'அது எப்படி என் வீட்டு தபால் பெட்டியில் உனக்கு கடிதம் வரும்?' என்று அவள் கத்த, 'உன்னுடைய அட்ரஸை, என்னுடைய அட்ரஸாக தந்திருக்கிறேன்' என்று அவன் கூறுகிறான். பெட்டியைத் திறந்து பார்த்தால், அவன் பெயருக்கு, அவள் அட்ரஸில் ஒரு கடிதம் இருக்கிறது!

'எப்படி என் அட்ரஸை நீ தரலாம்?' என்று அவள் எகிற... டிரைவர், 'எனக்கு ஒரு தாத்தா இருக்கிறார். அவரை முதியோர் இல்லத்தில் சேர்க்க வேண்டும். நீ வசிக்கும் பகுதியில் இருப்போர் மட்டுமே அந்த முதியோர் இல்லத்தில் சேர முடியும். எனவே உன் முகவரியைத் தந்துவிட்டேன்' என்று கூற, அவள் நம்பாமல் அவனோடு முதியோர் இல்லம் போய் பார்க்கும்போது, அங்கு உண்மையிலேயே அவன் தாத்தா இருக்கிறார். தாத்தா ஒரு ஜாலிப் பேர்வழி. அவர், 'பேரன் தன் மனைவி, குழந்தையோடு வந்திருக்கிறான்' என்று நினைத்துக்கொண்டு, குழந்தையிடம்

பெரிதும் அன்போடு பழகுகிறார். சந்தேகம் தீர்ந்தாலும், அவளுக்கு இன்னும் டிரைவர்மீது கோபம் போகவில்லை.

குழந்தையை கவனித்துக் கொள்ள சரியான ஆள் கிடைக்காமல் அவள் தவிப்பதைப் பார்க்கும் டிரைவர், தான் வேண்டுமானால் வாரத்தில் மூன்று நாட்கள் அவள் குழந்தையை கவனித்துக் கொள்வதாகக் கூற, அவள் வேறுவழியில்லாமல் சம்மதிக்கிறாள். அந்தக் குழந்தையும், அவனும் பெரிதும் ஒட்டுறவாகி விடுகிறார்கள்.

இதற்கிடையில், 'நிராதரவாக எத்தனை நாள் இருப்பது? தனக்கு ஒரு துணை வேண்டாமா?' என்று கருதிய அவள், இரண்டாம் திருமணத்துக்கு பேப்பரில் விளம்பரப்படுத்த, அதற்கு சில பேர் பதிலளித்திருப்பார்கள். அதில் முதலாமவன் வர, அவனுடன் பேசிப் பார்க்க, டின்னருக்கு போகப் போவதாக அவள் கூறுகிறாள். வந்தவன் பார்வையே சரியாக இருக்காது. டிரைவருக்கு அவனைக் கண்டாலே எரிச்சல். நைசாக குழந்தையை விட்டு அவன் தலையை தட்டச் சொல்கிறான். அந்த நபர் தலையில் இருக்கும் 'விக்' கையோடு வந்துவிட, இதைப் பார்க்கும் அவளுக்கு ஏக கோபம். வந்தவனைப் பிடித்து, 'இந்த சின்ன விஷயத்துக்கு ஏமாற்றும் நீ என்னவெல்லாம் ஏமாற்ற 'மாட்டாய்?' என்று துரத்தி விடுகிறாள்.

இப்படி, வருகிற ஒவ்வொரு மாப்பிள்ளையும் ஏதோ ஒரு விதத்தில் மிஸ்ஸாகிவிடும். இந்தக் கட்டத்தில் அவளது காதலன் திரும்பி வருகிறான். 'நான் மனம் மாறிவிட்டேன். எவ்வளவோ கஷ்டப்பட்டு திருந்தியிருக்கிறேன். என் மனசே சரியில்லை. நீ என்னுடன் பழையபடி வர வேண்டும்' என்று அவள் ஆபீஸுக்கு வந்து புலம்ப, அவள் மனம் இளகி, தன் வீட்டுச் சாவியைக் கொடுத்து, 'வீட்டில் இரு. வருகிறேன்' என்று அனுப்புகிறாள்.

வீட்டில் டிரைவர், குழந்தையுடன் கொஞ்சி விளையாடிக் கொண்டிருந்தவன், எவனோ சுதந்திரமாக வீட்டுக்குள் நுழைந்ததும் யார், என்ன என்று விசாரிக்க, 'தான்தான் அவள் காதலன்' என்று வந்தவன் கூறுகிறான். டிரைவருக்கு, 'இவன்தானே அவளை ஏமாற்றியவன்' என்ற எரிச்சலில் எவனோ திருடன் வீடு புகுந்து விட்டான் என்று தர்ம அடி போட, இதற்குள் அவள் வீடு திரும்பி விடுகிறாள்.

டிரைவர் தன் காதலனைப் போட்டு அடிப்பதைப் பார்த்து, தடுத்து அவனைத் திட்ட, டிரைவரோ...'எவனோ கள்ளச் சாவி போட்டு வீட்டுக்குள் நுழைகிறான் என்று அடித்துவிட்டேன்' என்று கூற, அவள், 'இல்லை இல்லை. நீ வேண்டுமென்றே செய்தாய்' என்று அவனை வேலையை விட்டுத் துரத்தி விடுகிறாள்.

பின்பு காதலனின் அழைப்பின்பேரில் அவள் காதலன் வீட்டுக்குச் செல்கிறாள். அங்கு விரிந்திருக்கும் உயர்தரமான கம்பளிமீது குழந்தை அசுத்தம் செய்து விடுகிறது. காதலன், ‘உயர்தரமான கம்பளி பாழாகிவிட்டதே. அந்த சனியனைத் தூக்கு...’ என்று திட்ட, அவளுக்கு ஏக கோபம் வந்துவிடும். ‘நீ பெத்த குழந்தை செய்தது உனக்கே அசிங்கமாக படுகிறதா? இன்னும் உன் புத்தி மாறவில்லையே’ என்று அவனை கண்டபடி திட்டிவிட்டு தன் வீட்டுக்கு வருகிறாள்.

அங்கே டிரைவர் கொடுத்துவிட்டுப் போனதாக ஒரு கடிதத்தைத் தருகிறார்கள். அதில், ‘குழந்தைக்கு இன்னின்ன நேரத்தில் இன்னின்ன உணவு, இப்படி இப்படி தர வேண்டும். இந்த இந்த ஊசி இந்த இந்த நாளில் போட வேண்டும். இதெல்லாம் செய்ய வேண்டும், இதெல்லாம் செய்யக்கூடாது’ என்று ஒரு பெரிய லிஸ்ட்டே இருக்கும். அதை அவள் படித்துக்கொண்டிருக்கும்போது, ஃபோன் வருகிறது. அது முதியோர் இல்லத்திலிருந்து.

‘டிரைவரின் தாத்தா பெரும் தொல்லையாக இருக்கிறார். அந்தக் கிழவனால் ஏகப்பட்ட தகராறு. அபராதம் கட்டி விட்டு உடனடியாக கூட்டிப் போங்கள். இல்லையென்றால் கிழவனை போலீஸில் ஒப்படைப்போம்’ என்று கூற, இவள் முதியோர் இல்லம் போகிறாள். முதியோர் இல்லத்தில் அவர்கள் கிழவன்மீது பெரிய ரிப்போர்ட் படிக்க, அவள் அதற்குண்டான அபராதத்தைக் கட்டிவிட்டு அவரை கூட்டிப் போகத் திரும்ப, அங்கே டிரைவர் நிற்கிறான்!

‘நீ எதற்காக என் தாத்தாவுக்காக அபராதம் கட்டி கூட்டிப் போகிறாய்?’

‘நீ வேலையை விட்டுப் போன பின்னும் என் குழந்தைக்காக இது செய்ய வேண்டும், அது செய்ய வேண்டும் என்று எதற்காக பட்டியல் போட்டுத் தந்தாய்?’

‘அது... ஒருவித பாசத்தால்!’

‘அதேபோல் இதுவும் ஒருவகை பாசம்!’

‘அவ்வளவு பாசம் இருக்கிறவள், எதற்கு என்னைவிட்டு, பேப்பரில் மாப்பிள்ளை வேண்டும் என்று விளம்பரம் கொடுத்து, தினம் ஒருத்தனை இண்டர்வியூ பண்ணினே?’

‘இதையெல்லாம் ஒரு பெண் தானாகவா வாயைத் திறந்து சொல்லுவாள்?’

என்று இவர்கள் கசமுசா என்று மாறி மாறி சத்தம் போட, அதில் இவர்களுக்குள் எந்த அளவு ஒரு ஒட்டுதல் இருக்கிறது என்று வெளிப்படும்.

இதற்கிடையில் குழந்தை தெருவில் நிற்கும் ஒரு காரில் ஏறி உட்கார்ந்து, அதை கிளப்பிக்கொண்டு ஓட்ட, இவர்கள் அலறி அடித்துக்கொண்டு அதைப் பிடிக்க ஓட, போக்குவரத்து நெரிசலில் குழந்தை காரை விட்டு இறங்கி நடக்க, டிரைவர் ஒருவழியாக குழந்தையை விபத்து நேராமல் காப்பாற்றி விடுகிறான். அவள் வந்து சேரும்போது, குழந்தை 'பப்பா' என்று முதல் முதலாகப் பேசுகிறது... டிரைவரைப் பார்த்து!

'என்னை அப்பான்னு கூப்பிட்டான், அப்பான்னு கூப்பிட்டான்' என்று டிரைவர் சந்தோஷிக்க, அவளும் மனம் நெகிழ... இருவரும் ஆனந்தக் கண்ணீர் வடிப்பதோடு படம் முடிகிறது.

இந்தக் கதைக்கும், 'ஆராரோ ஆரிரரோ' படத்தின் கதைக்கும் அடிப்படை ஒன்றுதான். ஒருவனால் கெடுக்கப்பட்டவள், இன்னொருவனால் வாழ்க்கை தரப்படுகிறது. இதுதான் இரண்டுக்கும் கரு – தீம்!

ஆனால், வாழ்க்கை தரப்படுவது யாரால், எப்படி என்ற திரைக்கதை அமைப்பில் இந்தப் படத்துக்கும், அந்தப்படத்துக்கும் நிறைய வித்தியாசம் வந்துவிட்டது.

சூப்பர் ஹிட்டான 'லுக் ஹூ இஸ் டாக்கிங்?' ஆங்கிலப் படத்தில் எடுத்த எடுப்பிலேயே பிரச்சனைக்குரிய அந்தப் பெண்ணைக் காட்டி, அவள் ஏமாற்றப்படுவதைச் சொல்லி, 'ஐயையோ! இவளுக்கு ஒரு வாழ்க்கை அமையாதா?' என்று எதிர்பார்க்கும் நேரத்தில் கதாநாயகன் வருகிறான். ஆனால், 'ஆராரோ ஆரிரரோ'வில் நான் செய்த தவறு, பிரச்சனையையே முதலில் சொல்லவில்லை என்பதுதான்.

இந்தக் கதையின் தீமைப் பொறுத்தளவில் மக்கள் மனதில் பதிந்து, கவர வேண்டிய அம்சங்கள் இரண்டு.

ஒன்று – 'கதாநாயகி ஏமாற்றப்பட்டு விட்டாளே... ஐயோ பாவம்' என்று ரசிகர்களுக்கு வர வேண்டிய அனுதாபம்.

அடுத்தது – 'கதாநாயகன் அவளை ஏற்றுக்கொள்ள மாட்டானா?' என்ற எதிர்பார்ப்பு.

இந்த இரண்டையும் நான் நேரடியாக 'Straight narration'ல் சொல்லி இருந்தால், கதையின் பிரச்சனையில் ரசிகர்கள்

ஒன்றியிருப்பார்கள். ஆனால், நான் கதையை என் மீதிருந்து தொடங்கி, பிரச்சனைக்குரிய கதாநாயகியின் கர்ப்பத்தை சஸ்பென்ஸாக வைத்திருந்தேன். இதனால் கதையின் ஜீவனான அனுதாபத்துக்குரிய பிரச்சனை, இடைவேளைக்குப் பின்னரே வெளிப்பட்டது. எனவே, ரசிகர்கள் மனதில் கதாநாயகியின் மேல் போதிய அனுதாபம் காலதாமதமாகவே உருவாகியிருக்கும்!

அடுத்தது – கதாநாயகனும், கதாநாயகியும் சேர்வார்களா என்ற எதிர்பார்ப்புக்கு இடமின்றி, கதாநாயகன் இடைவேளையிலேயே கதாநாயகிக்கு தாலி கட்டி பிரச்சனைக்கு முடிவு கண்டு விடுகிறான்!

'ஆராரோ ஆரிரரோ' போன்ற ஆன்ட்டி சென்டிமெண்ட் படங்களின் தோல்வியில் நான் கற்றுக்கொண்ட பாடம்– கதையின் பிரச்சனை என்னவோ, அதை முதலில் சொல்லி, சம்பந்தப்பட்ட கதாபாத்திரத்தின் மேல் ரசிகர்களுக்கு போதிய அனுதாபத்தை முதலில் உண்டாக்க வேண்டும். இந்த திரைக்கதை அமைப்பில் நான் இடம் மாறி விட்டேன்.

எனவே, ஆன்ட்டி சென்டிமெண்ட் என்பதால் 'ஆராரோ ஆரிரரோ' தோல்வி என்ற சிலரது கருத்து சரியல்ல. அப்படி சரியாக இருந்தால், 'லுக் ஹூ இஸ் டாக்கிங்' எப்படி பெருவெற்றி பெற்றிருக்கும்?

அதே போல், 'ஆராரோ ஆரிரரோ' படத்தின் கதாபாத்திரத்தை விட, பிரச்சனைக்குரிய கதாபாத்திரமான ஒரு விபச்சாரியை மையமாக வைத்து எடுக்கப்பட்ட இயக்குனர் திரு. துரையின் 'அவளும் பெண்தானே' படமும், இயக்குனர் சிகரம் திரு. கே. பாலசந்தரின் 'அரங்கேற்றம்' படமும், எப்படி பெருவெற்றி பெற்றிருக்கும்?

இந்த வெற்றிகளுக்குக் காரணம், பிரச்சனைக்குரிய கதாபாத்திரங்கள்மீது மக்களுக்கு போதிய அனுதாபமும், அவர்கள் சுகப்பட மாட்டார்களா என்ற எதிர்பார்ப்பும் எடுத்த எடுப்பிலேயே ஏற்பட்டதுதான்.

'ஆராரோ ஆரிரரோ' படத்தில் நான் 'சடர்ன் ட்விஸ்ட்' 'இண்டர்வெல் bang' என்ற உத்திகளில் கவனம் செலுத்தி, பிரச்சனையை முன்னரே பதியவைக்கத் தவறிவிட்டதே.

எனவே, ஆண்ட்டி செண்டிமெண்ட் என்பதால் 'ஆராரோ ஆரிரரோ' ஓடவில்லை என்பது சரியல்ல. தவறுதலான திரைக்கதை அமைப்பால் படம் பாதிப்புக்கு உள்ளானது என்பதே உண்மை!

கே. பாக்யராஜ்

14

ஒரு சூப்பர் ஸ்டாரோடு எனக்கு ஏற்பட்ட சூடான, ஆனால் சுவாரஸ்யமான வாக்குவாதத்தையும், அதன் காரண, காரியங்களையும் கூறுகிறேன். வாக்குவாதம்–எனக்கும், அமிதாப்புக்கும் இடையே நிகழ்ந்தது.

'ஆக்ரி ராஸ்தா' இந்திப் படம் (கைதியின் டைரி) படப்பிடிப்பு நடந்துகொண்டிருந்த நேரம். தந்தையும், மகனுமாக அமிதாப் இரட்டை வேடம் ஏற்றிருந்தார்.

தந்தை போலீஸால் விரட்டப்படும் குற்றவாளி. மகன் போலீஸ் இன்ஸ்பெக்டர். தந்தைக்கு மகனை அடையாளம் தெரியும். ஆனால் மகனுக்கு 'இவர்தான் தன் தந்தை' என்று தெரியாது. இடுகாட்டில் தனது மனைவியின் கல்லறைக்கு அஞ்சலி செலுத்த அமிதாப் வருவார். மனைவியின் கல்லறை முன் கண்கலங்கி நிற்கும்போது, சற்றுத் தொலைவில் ஏதோ காரசாரமான பேச்சுக் குரல் கேட்டு திரும்பிப் பார்ப்பார். அங்கே மகன் அமிதாப் இடுகாட்டைப் பயன்படுத்தி கடத்தல் வேலைகளில் ஈடுபடும் ஒரு கோஷ்டியைப் பிடித்து, ஆங்கிலத்தில் விடு விடென விட்டுக்கொண்டிருப்பான்.

இப்போது தந்தையின் ஞாபகத்தில் ஒரு காட்சி.

கதைப்படி தந்தை அமிதாப் ஒரு எழுத்தறிவில்லாத அப்பாவி. காதலி ஜெயப்ரதாவோ நன்கு படித்த, பணக்கார வீட்டுப் பெண். 'ஒரு படிப்பறிவில்லாதவனை காதலிப்பதா?' என்று ஜெயப்ரதாவின் தந்தை, மகளுக்கு தடை விதிக்க, அவள் தடையை மீறி, காதலன் அமிதாப்பின் ஆதரவோடு வெளியேறி திருமணம் செய்துகொண்டு, வாழ்க்கையைத் துவங்குவாள்.

'தன் கணவன் படிப்பறிவு இல்லாததால்தானே எல்லோராலும் கேவலமாக மதிக்கப்படுகிறார்' என்று முதலிரவிலேயே, 'முதலிரவை

பிறகு பார்த்துக் கொள்ளலாம்' என்று கூறிவிட்டு, கணவனுக்கு எழுதப் படிக்கச் சொல்லித்தர ஆரம்பித்து விடுவாள். ஆனால் கணவனோ, நீண்டநாள் காதல் கைகூடிய சந்தோஷத்தில், இன்பம் அனுபவிப்பதிலேயே துடிப்பாக இருப்பான். மனைவியோ நாலு எழுத்து, அதுவும் ஆங்கிலத்தில் படித்தால்தான் ஆயிற்று என்று சத்தியாக்கிரகம் செய்ய... இப்படி கலகலப்பாக ஃப்ளாஷ் பேக் துவங்குகிறது.

மனைவி கர்ப்பமாகிறாள். கணவனுக்கு ஏக சந்தோஷம். மனைவியின் மடியில் முகம் வைத்து, வயிற்றில் இருக்கும் குழந்தையிடம் அரைகுறை ஆங்கிலத்தில் என்னவோ பேச,

"வேணாங்க! அவன் பிறந்ததும், உருப்படியான இங்கிலீஷை என்கிட்ட கத்துக்கிட்டு வளரட்டும் உங்க அரைகுறை இங்கிலீஷை அவன்கிட்ட பேசாதீங்க" என்று விளையாட்டாகத் தடுப்பாள்.

கணவன், "என் இங்கிலீஷுக்கு என்ன குறைச்சல்? உன் பையன் என்ன பேசுவானோ... அதுக்கு சமமா என்னாலயும் இங்கிலீஷ் பேச முடியும். நீ வேண்ணா பார்" என்று பொய்யாக கோபிக்கிறான்.

"நிச்சயமாக முடியாது. அவன் நாளைக்கு படபடன்னு இங்கிலீஷ்ல பேசும்போது, நீங்க பெப்பேன்னு முழிக்கப் போறீங்க!"

"அதையும் பார்ப்போம். உம் பையன் ஏதாவது வம்புக்கு வந்தான்னா, நானும் இங்கிலீஷ்ல காரசாரமா பேசறேனா இல்லையான்னு பாரு!"

"இரண்டு பேரும் இங்கிலீஷ்ல சண்டை போடறதை நானும் பார்க்கத்தானே போறேன்..." என்கிறாள் மனைவி.

ஆனால், கதையில் அவள் வில்லனால் கெடுக்கப்பட்டு தற்கொலை செய்து கொள்கிறாள்.

இப்போது மனைவியின் கல்லறையில் உட்கார்ந்திருந்த வயதான தந்தை அமிதாப்புக்கு, மகனின் ஆங்கிலத்தைப் பற்றி மனைவி கூறிய வார்த்தைகள் ஞாபகத்துக்கு வரும். மனைவியின் கல்லைறையில், மனைவியிடம் பேசுவது போல், "உன் ஆசப்படியே எனக்கும், உன் பிள்ளைக்கும் நடுவில் காரசாரமாக இங்கிலீஷ்ல சண்டை நடக்கப் போகுது. நான் பெப்பேன்னு முழிப்பேன்னு சொன்னியே... இப்ப யார் முழிக்கறாங்கன்னு பாரு" என்று கூறியவாறே, கடத்தல் கோஷ்டியிடம் விசாரித்துக்கொண்டிருக்கும் மகனிடம் போவார்.

"என்னய்யா... போலீஸ்ன்னா ஒரு லிமிட் இல்லையா? கல்லறையோட அமைதியையும், புனிதத்தையும் கெடுக்கற மாதிரி இங்கயும் உன் அதிகாரத்தை காட்டிட்டிருக்கியே... மத்தவங்கள்லாம் அமைதியா அஞ்சலி செலுத்த வேண்டாமா? உன் விசாரணையை வேற இடத்துல வெச்சுக்கக்கூடாதா?" என்று ஆங்கிலத்தில் கடுகடுப்பார்.

மகனும் எரிச்சலோடு, "நீ என்ன இவர்களுக்கு வக்காலத்தா? இவங்க யார் தெரியுமா? கிரிமினல்ஸ்!" என்று தானும் ஆங்கிலத்தில் எகிறுவான்.

இப்போது தந்தைக்கும், மகனுக்கும் கடுமையான விவாதம் வரும். கிட்டத்தட்ட 200 அடி நீளத்துக்கு இந்த விவாதம் இருக்கும். இந்த விவாதம் முழுவதும் ஆங்கிலத்தில்தான் நடப்பதாக அமைத்திருந்தேன். தந்தையும், மகனும் என்ன பேசிக் கொள்கிறார்கள் என்பதை தமிழில் தெளிவாக எழுதி, அதை அமிதாப்பிடம் விளக்கிக் கூறி,

"இதை இங்கிலீஷ்ல டிரான்ஸ்லேட் பண்ணிக்கிட்டு, பூராத்தையும் இங்கிலீஷ்ல பேசிடுங்க" என்றேன்.

அமிதாப் கொஞ்சநேரம் யோசித்துவிட்டு "டைரக்டர் ஸாப்! அப்பாவுக்கும், மகனுக்கும் முதல் நாலைஞ்சு வரி வேணும்ன்னா இங்கிலீஷ்ல பேசறேன். அதுக்கு அப்புறம் இந்தியிலயே பேசிடறேன்" என்றார்.

"இல்லை சார். இது முழுக்க முழுக்க இங்கிலீஷ்ல பேசற மாதிரி இருக்கற ஸீன்!"

"இருக்கலாம். ஆனா, இந்தி ஆடியன்ஸ் அவ்வளவு நேரம் பொறுமையா, புரியாத இங்கிலீஷ்ல பேசறதைக் கேட்டுட்டு இருக்க மாட்டாங்க. தியேட்டர்ல சத்தம் போடுவாங்க..."

"இருக்கலாம் சார். ஆனால், இந்த சீனுடைய எமோஷனுக்கு நிச்சயம் சத்தம் போட மாட்டாங்க. இங்கிலீஷ்ல என்ன பேசறாங்க, ஏது பேசறாங்கன்னு ஆடியஸுக்கு முக்கியமாக இருக்காது. 'இங்கிலீஷ்ல பேசறாங்க' அப்படிங்கற எமோஷன் மட்டும் போதும். நிச்சயம் ஓகோன்னு ரசிப்பாங்க!"

"என் ஃபேன்ஸைப் பத்தி எனக்குத் தெரியாதா? நாலு நிமிஷம் நான் தொடர்ச்சியா இங்கிலீஷ்ல பேசிட்டிருந்தா கண்டிப்பா ரசிக்க மாட்டாங்க."

"காட்சி அமைப்புப்படி இந்த ஸீன் முழுக்க இங்கிலீஷ் பேசினாத்தான் இன்ட்ரஸ்ட் இருக்கும்."

"இல்லை, இல்லை. நீங்க புரியாம பேசறீங்க..."

எனக்கும், அமிதாப்புக்கும் இடையே வாக்குவாதம் சூடாகி, படப்பிடிப்பு தடைப்பட்டு, எல்லோரும் வேடிக்கை பார்க்கின்றனர்.

அமிதாப் ஒரு கேள்வி கேட்டார்.

"தியேட்டர்ல படம் பார்க்கற ஆடியன்ஸ்ல எத்தனை பேருக்கு இங்கிலீஷ் புரியும்னு நினைக்கறீங்க?"

"நூறு பேர்ன்னா, அதுல ஒரு 25 பேருக்கு இங்கிலீஷ் புரியும். 75 பேருக்கு புரியாது..." ஏன்

"அப்புறம் எதுக்கு இங்கிலீஷ்ல பேசணும்?"

"ஒத்துக்கறேன். அதே ஆடியன்ஸ்ல எத்தனை பேருக்கு இந்த ஸீன் புரியும், புரியாதுன்னு நினைக்கறீங்க?"

"எல்லாருக்குமே புரியும்!"

"அதுபோதும். ஸீன் என்ன ஸீன், ஏன் இதுல இங்கிலீஷ்ல பேசறாங்கன்னு புரிஞ்சுட்டாபோதும். ஆட்டாமேடிக்கா ஆடியன்ஸ் நான் எதிர்பார்க்கற எமோஷனுக்கு வந்துருவாங்க!"

"எங்க ஆடியன்ஸைப் பத்தி எனக்கு நல்லா தெரியும். இருந்தாலும், ஒரு நடிகன்ங்கறவன் டைரக்டர் சொல்லுக்கு கட்டுப்பட்டு, அவர் சொல்றதைத்தான் செய்யணும். அதனால, உங்க இஷ்டப்படியே இங்கிலீஷ்ல பேசறேன்"னுட்டு, அந்த மொத்த வசனத்தையும் நான் கேட்டுக்கொண்டபடி, அவரே இங்கிலீஷில் பொருத்தமாக மொழிபெயர்த்து எழுதி, கடகடவென்று அப்பாவும், மகனுமாக சிறப்பாகப் பேசி நடித்துவிட்டார்.

படம் வெளியானது.

திடீரென்று சென்னையில் இருந்த எனக்கு நடு இரவில் டில்லியில் இருந்து ஒரு டிரங்க் கால். அமிதாப்பச்சன் அவர்கள்!

"ரெண்டு விஷயத்துக்காக உங்களுக்கு கங்கிராஜுலேஷன்ஸ்" என்றார்.

"தேங்க்ஸ். என்ன அது ரெண்டு விஷயம்?"

"படம் சூப்பர் ஹிட்! அது எனக்கு முன்பே தெரியும். ஆனால், முதல் முதல்ல, நான் நடிச்ச ஒரு படத்துக்கான பாராட்டு, அதை எழுதி, இயக்கியவருக்குப் போகிறது. வழக்கமாக என் படம் பார்த்து விட்டு வருபவர்கள், என்னைப் பற்றிதான் பேசிக்கொண்டு வருவார்கள். ஆனால், இந்தப் படத்தை பார்த்துட்டு வர்றவங்க, 'டைரக்டர் யார்? கதை எழுதினவர் யார்? யாரோ தெற்கேயிருந்து

பாக்யராஜ்ங்கறவர் எழுதியிருக்காரு' என்று படத்தோட ரைட்டர், டைரக்டரைப் பத்தி பேசறது இதுதான் என் கேரியர்ல முதல் தடவை. என் மனைவி ஜெயாகூட 'இது அமிதாப் படம் இல்லை. ஒரு டைரக்டரோட படம்'ன்னு பாராட்டினாள். அதுக்குதான் முதல் கங்கிராஜுலேஷன்ஸ். ரெண்டாவது, அந்த ஸீன்ல ஆடியன்ஸ் நீங்க சொன்னபடிதான் ரியாக்ட் பண்ணாங்க. அதுக்கு ரெண்டாவது கங்கிராஜுலேஷன்ஸ்!"

எனக்கு எந்த ஸீன் என்று புரியவில்லை.

"அதுதான் அந்த கிரேவ் யார்ட் ஸீன்! அதுல, நான் இங்கிலீஷ்ல பேசறது எங்க ஆடியன்ஸ் கிட்ட எடுபடாதுன்னு சொன்னேனே... அது தப்பாய்டுச்சி. நேத்து எங்க புரொஜக்ஷன்ல கார் டிரைவர், தோட்டக்காரர்கள், சமையல்காரர்கள் என்று மாஸ் ஆடியன்ஸ் நிறைய பேர் வந்திருந்தாங்க. அந்த கிரேவ் யார்ட் ஸீன்ல இங்கிலீஷ் பேச ஆரம்பிச்சதுமே இவங்க எல்லாரும் கை தட்ட ஆரம்பிச்சுட்டாங்க. அந்த ஸீன் முடியற வரைக்கும் ஒவ்வொரு டயலாக்குக்கும் அப்படி ஒரு க்ளாப்ஸ்! எந்த லோ க்ளாஸ் ஆடியன்ஸுக்கு புரியாதுன்னு நான் நினைச்சேனோ, அவங்கதான் ஓகோன்னு ரசிக்கறாங்க. நீங்க சொன்னது கரெக்ட் அதுக்குதான் இன்னொரு கங்கிராஜுலேஷன்ஸ்" என்றார்.

'எவ்வளவு பெரிய மனது!' என்று நான் அமிதாப்பை உயர்வாக நினைத்துக்கொண்டேன்.

பின்பு ஒருமுறை சென்னையில் ஒரு இந்திப் பட கதை டிஸ்கஷனுக்கு என்னை அழைத்திருந்தார்கள். அமிதாப்பும் அதில் கலந்துகொள்ள வந்திருந்தார். அவருடன் 'ஷோலே,' 'தீவார்' போன்ற சூப்பர் ஹிட்டான அமிதாப் படங்களுக்கு கதை, வசனம் எழுதிய சலீம்–ஜாவேதில் ஒருவரான ஜாவேத் என்பவரும் வந்திருந்தார்.

அமிதாப் எங்கள் இருவரையும் அறிமுகம் செய்துவைத்த உடனேயே, ஜாவேத் என் இரு கைகளையும் பிடித்துக்கொண்டு,

"ரொம்ப ரொம்ப தேங்க்ஸ். இது ஆக்ரி ராஸ்தா வெற்றிப் படத்தை கொடுத்ததற்கு மட்டுமல்ல. ஒரு டைரக்டர் எந்தெந்த ஸீன்ல எந்த மாதிரி, என்ன எமோஷன் வரணும்ன்னு ஃபீல் பண்றானோ, அது கரெக்டாத்தான் இருக்கும்ன்னு அந்த கிரேவ் யார்டு ஸீன் மூலமா அமிதாப்புக்கு புரிய வச்சுட்டீங்களே... அதுக்கு என் சார்புல மட்டும் அல்லாமல், மத்த எல்லா இந்திப் பட கதாசிரியர்கள் சார்பாகவும் நன்றி சொல்ல கடமைப்பட்டிருக்கேன். ஏன்னா, அமிதாப்பை ஒரு நாலு வரி சேர்த்தாப்புல இங்கிலீஷ்

பேசச் சொன்னாகூட, 'இந்தி ஆடியன்ஸ் பத்தி உங்களுக்குத் தெரியாது. நான் இங்கிலீஷ்ல தொடர்ந்து பேசினா ஒத்துக்கவே மாட்டாங்க'ன்னு ஒரேயடியா மறுத்துடுவார். அவரை வெச்சு பல சக்ஸஸ் படங்கள் கொடுத்த எங்களாலேயே அவரை 'ஸீனுக்கு இங்கிலீஷ் பேசினாத்தான் நல்லாயிருக்கும்'ன்னு பேச வைக்க முடியலைங்கும்போது, மத்த புது ரைட்டர்களும் தயங்கி பின் வாங்கிடுவாங்க. ஆனா, உங்க படத்துல அந்த ஸீன் வந்த உடனேயே எனக்கு பெரிய ஷாக். அமிதாப் தொடர்ந்து இங்கிலீஷ்ல பேசறாரு. எல்லாரும் கை தட்டி, ஓகோன்னு ரசிக்கறாங்க. நானும்கூட ரசிச்சு கை தட்டினேன்! அப்புறமா அமிதாப் கிட்டகூட, 'நாங்க பேசச் சொன்னா பேச மாட்டேன்னுடுவீங்களே... இப்ப புரிஞ்சுட்டீங்களா? ஸீன் எமோஷன்தான் முக்கியம். வசனம் புரியுதா, புரியலையாங்கறது முக்கியமில்லை'ன்னு சத்தம் போட்டுட்டேன். எமோஷன் கரெக்டா வெளிப்பட்டுட்டா, வசனம் எதுவா இருந்தாலும், ஆடியன்ஸ் அப்ஜெக்ட் பண்ண மாட்டாங்கன்னு நீங்க சரியா புரியவச்சிட்டீங்க" என்று பாராட்டினார்.

இதை எதற்காக கூறுகிறேன் என்றால், ஒரு நல்ல திரைக்கதையில் காட்சி அழுத்தம்தான் முதலில் முக்கியம். வசனத்தின் பங்கு இரண்டாவதுதான். வசனத்தினால், காட்சிகளை தூக்கி நிறுத்தலாம் என்பதில் எனக்கு உடன்பாடு கிடையாது. வசனம்தான் முக்கியம் என்றால், மொழி தெரியாத ஜாக்கி சான் படங்கள் இந்தியாவில் சூப்பர் ஹிட்டாக போவதில்லையா? தெலுங்குப் படமான சங்கராபரணம் தமிழ்நாட்டில் சூப்பர் ஹிட் இல்லையா? ஷோலே, பாபி போன்ற படங்கள் இங்கு பெருவெற்றி பெறவில்லையா? மலையாளப் படங்களான நியூ டெல்லியும், சி. பி. ஐ. டைரி குறிப்பும் ஓகோவென்று இங்கு ஓடவில்லையா? என்னுடைய மௌன கீதங்கள் தமிழ்ப்படம், கேரளத்தில் சில்வர் ஜூப்ளி போகவில்லையா?"

எனவே, ஒரு படத்தின் வெற்றிக்கு அழுத்தமான காட்சிகள் இருப்பதுதான் முக்கியமான காரணம். இந்த காட்சி அழுத்தம் இருந்தால்தான் நல்ல வசனங்களை எழுத முடியும். இப்படிப்பட்ட அழுத்தமான காட்சிகளில் எந்த உணர்வு உயர்வாக வெளிப்பட வேண்டுமோ, அது சாதாரண வசனத்தால் வெளிப்பட்டால்கூட போதும். ஆடியன்ஸ் ஓகோவென்று ரசிப்பார்கள்.

'அந்த ஏழு நாட்களில்' டாக்டரின் குழந்தை, அம்பிகாவிடம் போய் ஒட்டுதலாக படுத்துக்கொண்டது என்பதற்காக டாக்டர் குழந்தையை கண்டித்து இழுப்பார். அம்பிகா, "குழந்தையிடம்

ஏன் இப்படி மிருகத்தனமாக நடந்துகொள்கிறீர்கள்?" என்று கேட்க, டாக்டர்,

"நீயோ என்னை விட்டு போகப் போகிறவள். தாயில்லாத என் குழந்தை சில நாட்கள் உன்னிடம் தாய்ப் பாசத்தோடு பழகி விட்டு, நீ போனதும் ஏங்கி அழுதால் நான் என்ன செய்வேன்?" என்று கூற வேண்டும். இதற்காகத்தான் இந்த ஸீனே! இதை டாக்டர் எப்படிச் சொன்னாலும் மக்கள் ரசிப்பார்கள்.

நான், "இன்னைக்கு உன்னால கிடைக்கற 'அம்மா சுகம்' என்னைக்கும் வேணும்ன்னு என் குழந்தை கேட்டா, நான் என்ன பண்ணுவேன்?" என்று சாதாரணமாகத்தான் எழுதியிருந்தேன். காட்சி அழுத்தம் காரணமாக இது ஓகோவென்று ரசிக்கப்பட்டது.

அதேபோல், 'ஒரு கை ஓசை'யில் ஊர்க் காவலன் சங்கிலி முருகனின் ரோந்து காவல் தனக்குத் தேவையில்லை, தனக்கு ஏதாவது ஒன்று என்றால் போலீஸுக்கு போய்க் கொள்கிறேன் என்று கதாநாயகி அவனுக்கு மாதக் கூலி தர மறுத்து விடுகிறாள். ஆனால், அவள் கற்புக்கு ஒரு ஆபத்து வரும்போது, அதே சங்கிலிதான் சமயத்தில் வந்து காப்பாற்றுவான். இப்போது சங்கிலி என்ன பேசப் போகிறான் என்று ஆடியன்ஸ் எதிர்பார்ப்போடு இருப்பார்கள். சங்கிலி,

"நீங்க சொல்ற போலீஸ், உங்க மானம் போன பின்னாலதான் வந்திருக்கும். ஆனா, சங்கிலி முன்னாலயே வந்திருக்கான். புறப்படுங்க" என்று கூற, ஓகோவென்று அந்த வசனம் ரசிக்கப்பட்டது.

இதற்காக, வசனம் ஒரு பெரிய விஷயமே அல்ல என்று முடிவு பண்ணக்கூடாது. காட்சி அமைப்புகளில், காட்சி முத்தாய்ப்பு பெறுவது வசனத்தால்தான் என்பதையும் உணர வேண்டும்.

உதாரணத்துக்கு, 'அவள் ஒரு தொடர்கதை'யில் கதாநாயகி திமிர் பிடித்தவளாக இருப்பதைப் பார்த்து விஜயகுமாரின் அம்மா,

"கல்யாணத்துக்கு முன்னாலயே இவ்வளவு கர்வமா இருக்காளே?" என்பார்கள்.

கதாநாயகி, "கல்யாணத்துக்கு முன்னால கர்வமா இருக்கலாம். ஆனா கர்ப்பமாத்தான் இருக்கக்கூடாது" என்று முத்தாய்ப்பாக 'நறுக்'கென்று பேசிவிட்டுப் போவாள்.

இதேபோல், 'பதினாறு வயதினிலே'வில் சப்பாணியைதான் எவ்வளவோ அவமதித்து, புறக்கணித்தும்கூட, தான் யாரும்

இல்லாமல் இருக்கும்போது, தனக்கு சப்பாணிதானே ஆதரவாக இருக்கிறான் என்று மயிலு வருந்தி உணரும்போது சப்பாணி,

"மயிலு! ஆத்தா ஆடு வளர்த்தா, கோழி வளர்த்தா, ஆனா நாய் வளர்க்கலை. அதுக்கு பதிலா இந்த சப்பாணியைத்தான் மயிலு... வளர்த்தா" என்று முத்தாய்ப்பாக பேசி அழ, காட்சி மனதில் மிக அழுத்தமாக பதிந்துவிடும்.

இதுபோன்ற வசன முத்தாய்ப்புகள், இயக்குனர் திலகம் கே. எஸ். கோபாலகிருஷ்ணன் அவர்கள் படங்களில் அதிகம். அதை நான் வெகுவாக ரசித்திருக்கிறேன். என் படங்களில் வரும் வசன முத்தாய்ப்புகளுக்கு திரு. கே. எஸ். ஜியைத்தான் நான் முன்னோடியாகக் கொள்கிறேன்.

15

ஒரு ரசிகரிடம் பேசிக்கொண்டிருந்தபோது, பேச்சுவாக்கில், 'உங்க படத்தில் யார் சார் வில்லன்?' என்று சாதாரணமாக கேட்டார்.

ஆனால், எனக்கு அந்தக் கேள்விக்கு சாதாரணமாக பதில் அளிக்க முடியாமல், கொஞ்சம் சிந்திக்க வைத்தது. காரணம், அவர் கேட்டதுபோல் என் படத்தில் முரட்டு ரவுடியோ – குரூர மனப்பான்மைக்காரனோ – பேராசை பிடித்தவனோ–காம வெறியனோ – கடத்தல்காரனோ... யாருமே மெயின் வில்லனாக இல்லாமல் ஒரு கதையா? அதெப்படி? ராமாயணத்துக்கு வில்லன் ராவணன். மகாபாரதத்திற்கு வில்லன் துரியோதனன் கூட்டம். புரட்சித் தலைவர் எம். ஜி. ஆர். படங்கள் என்றால் பி. எஸ். வீரப்பா அவர்கள், எம். என். நம்பியார் அவர்கள் போன்றோர் வில்லன்கள். ரஜினி, கமல், விஜயகாந்த் படங்களுக்கு விஜயகுமார், சரத்குமார், ஆனந்தராஜ் இப்படிப் பலர். எனவே, சினிமா என்றால் வில்லன் என்பது அத்தியாவசியம் என்று மக்கள் மனதில் பதிந்து விட்டது. அப்படி இருக்க, பாக்யராஜ் படங்களிலும் வில்லன்கள் வர வேண்டுமே?

எடுத்த படங்களை புரட்டிப் பார்க்கிறேன்.

'சுவர் இல்லாத சித்திரங்கள்' கிளைமாக்ஸில் யார் வில்லன்? தாய்க்கும், மகளுக்கும்தானே தர்க்கம்? தாய் வில்லியா? இல்லை.

'ஒரு கை ஓசை' கிளைமாக்ஸில் யார் வில்லன்? 'மௌன கீதங்களில்' யார் வில்லன்? 'அந்த ஏழு நாட்களில்'? 'முந்தானை முடிச்சில்'?

இப்படி என் படங்கள் மட்டுமில்லாமல், வேறு பலரது – உதாரணத்திற்கு 'நெஞ்சில் ஓர் ஆலயம்' போன்ற படங்களுக்கும் வில்லன்கள் இல்லையே? வில்லன்கள் இல்லாமல், கிளைமாக்ஸ்

எப்படி விறுவிறுப்பாக அமையும்? இப்படி ஒரு கேள்வி எழுந்தபோது, ஒரு விஷயம் புலப்பட்டது.

ஒரு படத்திற்கு ஹீரோ, ஹீரோயின் என்பது எப்படி அவசியமோ, அதேபோல் ‘வில்லன்’ என்பதும் அதி அத்தியாவசியம். ஆனால், வில்லன் என்பது ஒரு முரட்டு உருவமாகவோ – குரூர புத்திக் காரனாகவோ உள்ள கதாபாத்திரமாக இருக்க வேண்டும் என்ற அவசியமில்லை. பிரச்சனைகளே வில்லன்களாக விஸ்வரூபம் எடுக்கலாம்.

‘நெஞ்சில் ஓர் ஆலயம்’ படத்தில் மனைவியிடம் கணவன், ‘நான் இறந்துவிடுவேன். நீ உன் பழைய காதலனை திருமணம் செய்து கொள்’ என்று கூறுவான். ‘ஒரு மனைவி, மீண்டும் திருமணம் செய்துகொள்வாளா?’ என்று கேள்வி எழுகிறது. இந்தக் கேள்விதான் ‘வில்லன்’! கத்தி, துப்பாக்கியுடன் நாயகனையோ, நாயகியையோ கொலை செய்ய ஒரு வில்லன் வந்தால் என்ன டென்ஷன் கிடைக்குமோ, அதைவிட டென்ஷன், இந்த ‘கேள்வி வில்லனிடமும்’ கிடைத்தது. கிளைமாக்ஸ் விறுவிறுப்பாகி, படமும் பெருவெற்றி பெற்றது.

‘நான் என் மனைவியை உன்னுடன் அனுப்பி வைக்கிறேன்’ என்று பாலக்காட்டு மாதவனை ராஜேஷ் தன் வீட்டுக்கு அழைத்துச் சென்றபோதும் படம் பார்ப்போருக்கு கத்தி, துப்பாக்கியுடன் ஒரு வில்லன் வந்தால் என்ன டென்ஷன் வர வேண்டுமோ, அது வந்தது.

அதேபோல்தான் ‘முந்தானை முடிச்சில்’ ஊர்வசி குடும்பக் கட்டுப்பாட்டிற்கு புறப்பட்டதும் டென்ஷனை உண்டாக்கியது.

படத்தின் கடைசிக் கட்டத்தில், 500 அடிக்கு கார் – மோட்டார் சைக்கிள் சேஸிங் அல்லது மலை உச்சியில் சண்டை அல்லது எரியும் நெருப்பின் நடுவே கட்டி வைத்து சண்டை – இப்படி எதாவது ஒரு திரில்லில் உள்ள படங்களும் வெற்றி பெற்றிருக்கின்றன. அதேசமயம், இவை எதுவுமே இல்லாமல், சாதாரண ஒரு கேள்வியின் மூலம் உருவாகும் கிளைமாக்ஸ்ஸும் வெற்றி பெற்றிருக்கிறது.

எனவே, கிளைமாக்ஸ் என்றால், சண்டைக்காட்சியோ, திரில்லான அயிட்டங்களோ, பரபரப்பான போராட்டங்களோ அந்தப் படத்திற்குத் தேவை என்பதை ஒரு படைப்பாளி உணர வேண்டும்.

‘உலகம் சுற்றும் வாலிபன்’ போல் ஒரு என்டர்டெயின்மெண்ட் படம் எடுத்துவிட்டு, கிளைமாக்ஸில் ஸ்கேட்டிங்கில் விஷ

ஊசியுடன் வில்லன் வரும் சண்டைக்கு பதிலாக, எம். ஜி. ஆர். நம்பியாரிடம் என்ன கேள்வி கேட்டாலும் ரசிக்க முடியுமா? முடியாது!

அதேபோல்தான் ஒரு குடும்பப் பிரச்சனை, காதல் பிரச்சனை, நட்பு பிரச்சனை, அண்ணன் – தங்கை பிரச்சனை இப்படிப்பட்ட படங்களில் விஷ ஊசியுடன் எத்தனை வில்லன்கள் வந்தாலும், விறுவிறுப்பு வாராது. மாறாக, சலிப்புத் தட்டும்.

இது குறிப்பிடத்தக்க ஒரு பெரிய விஷயமல்ல என்று தோன்றலாம். ஆனால், என்னையே என் கதாசிரிய சகாக்கள், உதவியாளர்கள், கிளைமாக்ஸில் எதாவது ஒரு விறுவிறுப்பு அயிட்டம் வேண்டும் என்று 'ஆக்ஸன்'(Action) இழுத்திருக்கிறார்கள். நான் நீண்ட விவாதத்திற்கு பின் மறுத்து, பிரச்சனைகளையும், கேள்விகளையும் கிளைமாக்ஸாக்கி, வெற்றியுடன் நிரூபித்திருக்கிறேன்.

அதனால்தான் – பலருக்கும் தெரிந்த விஷயமாக இருந்தாலும், தெளிவாகப் பதிய வேண்டும் என்பதற்காக இதை எழுதுகிறேன். நமது கதையின் போக்கும், பிரச்சனைகளும் எதை மையமாக வைத்துப் போகிறது என்பதை வைத்துதான் கிளைமாக்ஸை உருவாக்க வேண்டும். அயிட்டத்தை முடிவு செய்து, கதையை அதற்கேற்றாற்போல் வளைப்பது, சண்டைப் படங்களுக்கு மட்டுமே சரியாக வரலாமே தவிர, மற்ற படங்களுக்கு அல்ல என்பது சொந்த அபிப்பிராயம்!

16

'வெண்ணை திரண்டு வரும்போது தாழி உடைந்த மாதிரி' என்பது ரொம்பவும் அனுதாபமாக சொல்லப்படுகிற நமது ஊர் பழமொழி. ஆனால் திரைப்படங்களைப் பொறுத்த அளவில் இந்த பழமொழியின் கருத்து – ஒரு வலுவான, சுவாரஸ்யமான திரைக்கதை உத்தி என நான் நினைக்கிறேன்!

உலகப் புகழ்பெற்ற படங்களில் இருந்து நம் ஊர் வெற்றி படங்கள் வரை அனைத்திலும் இந்த உத்தி கையாண்டிருப்பதைப் பார்க்கலாம். இந்த உத்தியைத்தான் ஜனரஞ்சக பாஷையில்– 'கடைசியில் எதிர்பாராத திருப்பம்', 'கிளைமாக்ஸ் டாப்', 'பைனல் டச் பிரமாதம்'–இப்படி பலவிதமாகச் சொல்வார்கள்.

கதையின் முக்கியப் பிரச்சனை சுமூகமாக தீர்வடையப் போகிற சூழ்நிலையில், அதாவது வெண்ணை திரண்டு வரும்போது தாழி உடைவதுபோல், ஒரு புது திருப்பம் வந்து நம்மை அதிர்ச்சி கொள்ளச் செய்யும். அல்லது 'ஐயையோ' என்ற அனுதாபத்தை உண்டாக்கும்.

அந்த வகை திருப்பம்தான், திரைக்கதைக்கும், படத்துக்கும் ஒரு முறுக்கையும், வலுவையும் தரும். அந்த முத்தாய்ப்புதான் அனேகமாக ஒரு சுவையான அல்லது உருக்கமான பைனல் டச்சாகவும் அமையும்.

ஆங்கிலக் காதல் கதை ஒன்று.

ரோமியோ – ஜூலியட் மாதிரி தீவிரமாக காதலித்தார்கள் ஹீரோவும், ஹீரோயினும். வழக்கம்போல், அவர்கள் காதலுக்கு கடுமையான எதிர்ப்பு. பிரபுத்துவ முறைகொண்ட அந்த நாட்டில், ஹீரோவுக்கு விஷம் கொடுத்து கொல்ல வேண்டும் என்று தீர்ப்பாகிறது. ஒருபுறம் ஹீரோயின் துடிக்கிறாள். இன்னொரு

பக்கம் ஹீரோவுக்கு விஷம் கொடுக்கும் நடவடிக்கைகள் முன்னேறுகின்றன. அதில் ஒரு சுவையான அம்சம் குறுக்கிடுகிறது. விஷம் கொடுப்பவன், ஹீரோவுக்கு ரகசியமாக உதவ முன்வருகிறான்.

அதாவது, 'நான்தான் விஷம் தர வேண்டும்? விஷத்திற்கு பதிலாக ஒரு மயக்க மருந்தை கொடுக்கிறேன். அதன் பாதிப்பால் இரண்டு மணி நேரம் செத்தவன்போல் கிடப்பாய். அதை நம்பி, உன்னை மயானத்திற்கு எடுத்துச் சென்று வைப்பார்கள். அதன் பின் நீ மயக்கம் தெளிந்து, தப்பித்து விடலாம்' என்கிறான்.

ஹீரோவும், நண்பர்களும் உற்சாகமாகிவிடுகிறார்கள். மருந்தினால் ஏற்பட்ட மயக்கம் தீர்ந்ததும், மயானத்திலிருந்து தப்பி, காதலியுடன் வெளிநாட்டுக்குச் செல்ல மளமளவென்று ஏற்பாடு செய்கிறார்கள். மயானப் பகுதியில், தப்பிச் செல்ல ஒரு ரதமும் மறைவாக ஏற்பாடு செய்யப்பட்டிருக்கிறது. அரச ஆணைப்படி 'விஷம்' தரப்படுகிறது. அது விஷம் போன்ற மயக்க மருந்து. அவனும் சாவு போன்ற மயக்கத்தில் இருக்கிறான். அதன் பின் மயானத்திற்கு கொண்டு போகப்படுகின்றான்.

இந்த நிலையில், 'ஹீரோ உண்மையில் சாகவில்லை, மயக்கத்தில்தான் இருக்கிறான். தப்பிச் செல்ல ஏற்பாடுகள் தயார்' என்று ஹீரோயினுக்கு ஒருவன் தகவல் சொல்லி அழைத்து வர புறப்படுகிறான்.

இதேநேரம் காதலிக்கு, ஹீரோவுக்கு விஷம் கொடுக்கப்பட்ட செய்தி மாத்திரமே கிடைக்கிறது. மயக்கமருந்துதான் கொடுக்கப்பட்டிருக்கிறது என்ற தகவல் இன்னும் அவளுக்கு கிடைக்கவில்லை. 'விஷம் சாப்பிட்ட' காதலனைப்பார்க்க, மயானத்தை நோக்கி பதைபதைப்புடன் புறப்படுகிறாள்.

இந்தக் கட்டத்தில்தான் – வெண்ணெய் திரண்டு வரும்போது தாழி உடைவதுபோல் – ஒரு எதிர்பாராத திருப்பம் ஏற்படுகிறது.

'மயக்கமருந்து செய்தி'யைக் கொண்டுபோகும் தூதன் ஒரு பக்கமாக போக, வேறொரு கிளைப் பாதை வழியாக, அந்த தூதனை சந்திக்காமலேயே கதாநாயகி மயானத்துக்கு வந்துவிடுகிறாள்!

மயானத்தில், தன் காதலன் உண்மையிலேயே விஷத்தால் இறந்து கிடப்பதாக நினைக்கிறாள். அவன் இறந்தபின் தானும் உயிர் வாழ விரும்பாமல், கையிலிருந்த வைர மோதிரத்தில் இருந்து ஒரு பகுதியை பொடி செய்து, எடுத்துத் தின்று செத்து விழுகிறாள்.

மயக்கம் தெளிந்து எழுந்த ஹீரோ, அருகில் ஹீரோயின் பிணமாக கிடப்பதைக் கண்டு துடித்தவனாக, தானும் தன் மோதிரத்தில்

மிச்சமிருந்த பொடியைத் தின்று, அவள் அருகில் மரணத்தைத் தழுவுகிறான்!

'இதோ... அவர்கள் மரண தண்டனையிலிருந்து தப்பி, சுபமாக வாழப்போகிறார்கள்' என்று நம்மை நினைக்க வைத்து, கடைசியில் எதிர்பாராத டிவிஸ்ட் கொடுத்து, ஒரு அழுத்தமான சோகத்தைக் கொடுத்து, பைனல் டச்சுடன் படத்தை முடித்திருந்தார்கள்.

இன்னொரு ஹாலிவுட் படம்.

ஒரு போர் சூழ்நிலையில், குறிப்பிட்ட ஒரு பாலத்தின் வழியாக எதிரிகள் நுழைந் விடுவார்கள் என்ற அச்சம் ஏற்படுகிறது. அந்த குறிப்பிட்ட பாலத்தைத் தகர்த்துவிட்டால், பிரச்சனை தீர்ந்துவிடும் என்று ஹீரோ அணியினர் தீர்மானத்துக்கு வருகிறார்கள். கடைசியில், எதிரிகள் வரும் ஆற்றுப்பாலத்தை தகர்க்க, ஹீரோ குண்டுடன் செல்கிறான்.

எதிரிகள் ரயில் பாலத்தை நெருங்குகிறார்கள். 'இதோ... ஹீரோ குண்டு வைத்து பாலத்தை தகர்த்துவிடப் போகிறான்' என்று எதிர்பார்க்கும் வேளையில், குண்டு ஆற்றுக்குள் தவறி விழுந்து விடுகிறது. திட்டம் நொறுங்கிப் போய்விடுகிறது!

இனி ஹீரோ என்ன செய்வான்! இந்த ட்விஸ்ட் பெரிதும் பரபரப்பை உருவாக்குகிறது.

பின் குண்டு இல்லாமலே ஹீரோ வெல்வது மீதிக் கதை.

இன்னொரு படம்.

பூமியில் சுரங்க மார்க்கமாக செல்லும் ஒரு பிரயாணிகள் ரயிலை, நாலுபேர் கொண்ட வில்லன் குழு ஹைஜாக் செய்து, நிறுத்தி வைக்கிறது.

பூமியில் கால்வாய் போன்று வெட்டப்பட்டுள்ள ரயில் பாதையில் ரயில் நிற்க, வில்லன்கள் போலீஸிடம் கோடிக் கணக்கில் பணம் டிமாண்ட் செய்கிறார்கள்.

போலீஸ், ரயிலுக்கு முன்புறம் போனாலும் வில்லன்கள் பார்வையில் தெரியும். பின்புறம் வந்தாலும் தெரியும். உடனே குண்டு வெடித்துவிடுவதாக மிரட்டுகின்றனர். குறிப்பிட்ட நேரத்துக்குள் பணம் வராவிட்டால், பயணிகள் கதி அவ்வளவுதான் என்று தும்மியபடியே போனில் மிரட்ட, போலீஸ் அதிகாரி வேறு வழி இல்லாமல், அரசாங்கத்திடம் பணம் அனுப்பச் சொல்கிறார்.

திடீரென அவருக்கு ஒரு சந்தேகம். இவ்வளவு சுலபமாக நம்மிடம் மாட்டிக்கொள்ள வில்லன் திட்டம் வகுப்பானா என்ற கேள்வி.

அவருக்கு ஏதோ நெருடுகிறது. ரயில் நிற்கும் குறிப்பிட்ட கால்வாய்ப் பகுதியில் இருந்து நகருக்குள் வர வேறு ஏதாவது 'உபவழி' இருக்குமோ?

நிலத்தடி சுரங்க கால்வாய்ப் பகுதியின் வரைபடம் கொண்டு வரப்படுகிறது. அவர் எதிர்பார்த்ததுபோலவே ஒரு உபவழி முன்பு இருந்து, பின்னர் மூடப்பட்டிருப்பது தெரிகிறது. நிச்சயம் வில்லன் அந்த வழியாகத்தான் தப்ப நினைப்பான் என்று முடிவெடுத்து, அந்த உபவழி, மேலே நகரை எந்த இடத்தில் அடைகிறது என்று கணக்கிட்டு, அங்கு விரைகிறார்.

ஆனால்...

அவர் வந்து சேரும் முன்னரே வில்லன்கள் அந்தவழியே மேலே வந்து, நகரத்துக்குள் நுழைந்து, அவரவர் ஜாகைக்குப் போய் விடுகின்றனர்! இருந்தாலும், போலீஸ் அதிகாரி, ரயில்வேயில் சுரங்கம் தோண்டப்படும் காலத்திலிருந்தே வேலையிலிருந்த நான்கு அதிகாரிகள் மேல் சந்தேகம்கொண்டு, விசாரணைக்காக அவர்கள் வீட்டுக்குச் செல்கிறார்.

ஒருவர், ரிடையராகி ஒரு வருடமாக வெளிநாட்டில் தங்கியதாக தகவல். ஒருவர், மூன்று மாதமாக ஆஸ்பத்திரி பெட்டில் இருப்பதாக தகவல். ஒருவர், நேற்றிரவே வெளியூர் போனதாக தகவல்.

கடைசி நபர், வீட்டில் அவசர அவசரமாக பணத்தை எண்ணிக்கொண்டிருக்க, போலீஸ் அதிகாரி கதவைத் தட்டுகிறார். பதட்டமாக வில்லன் பெட்ஷீட் போட்டு பணத்தை மூடிவிட்டு வந்து கதவைத் திறக்கிறான்.

உள்ளே நுழைந்த போலீஸ் அதிகாரி சுற்றுமுற்றும் பார்த்து விட்டு, பலவிதமாக கேள்வி கேட்க, வில்லன் மிகவும் சாதுர்யமாக பேசி சமாளிக்க, போலீஸ் அதிகாரி மிகவும் சோர்வுடன் வெளியேறுகிறார்.

வெளிவாசலை அவர் தாண்டும் நொடியில்... வில்லன் 'நச், நச்'சென்று தும்ம... போலீஸ் அதிகாரிக்கு அதிர்ச்சி!

தன்னிடம் வில்லன் போனில் மிரட்டும்போது கேட்ட அதே தும்மல்!

போலீஸ் அதிகாரி புன்முறுவல் பூக்க, தியேட்டரில் கரவொலி காதைப் பிளக்க... படம் முடிவடைகிறது!

இன்னொரு சுவாரஸ்யமான ட்விஸ்ட்.

ஒரு பயங்கரமான வில்லன். அவனிடம் உண்மையைக் கறக்க வேண்டிய சூழ்நிலை. விசாரணை செய்யும் ஹீரோ, பானம் ஒன்றை வில்லனுக்கு குடிக்கக் கொடுக்கிறார். அவன் இயல்பாக அதைக் குடித்து விடுகிறான். அப்போது ஹீரோ ஒரு அதிர்ச்சியான விஷயத்தைச் சொல்கிறார்.

"இப்போது நீ குடிச்சது விஷம். பதினைந்து நிமிஷத்துக்குள்ள அதுக்கு மாற்று மருந்து குடிக்கலைன்னா, நீ க்ளோஸ்! அந்த மாற்று மருந்து, இதோ என் கைவசம் இருக்கு. பதினைந்து நிமிஷத்துக்குள்ள நீ உண்மைய சொல்லிட்டா, இந்த மாற்று மருந்தை தர்றேன்" என்று அடுத்த புட்டியைக் காட்டுகிறார்.

'உண்மையைச் சொல்லாவிட்டால், பதினைந்து நிமிடத்துக்குள் மரணம்' என்ற மரணக் கெடு வில்லனை நடுங்க வைக்கிறது.

முதல் ஐந்து நிமிஷம், தைரியசாலி போல் தெனாவட்டாக இருந்தாலும், நேரம் ஆக ஆக, அவனுடைய உறுதி குலைய ஆரம்பிக்கிறது. தொண்டை, வயிறு இவற்றில் எல்லாம் ஏதோ பாதிப்பு ஏற்படுவதுபோல் நெளிய ஆரம்பிக்கிறான். நேரம் டென்ஷனுடன் நெருங்க நெருங்க... அவன் அடியோடு நொறுங்கிப் போகிறான்.

"மாற்று மருந்தைக் கொடு... நான் உண்மையைச் சொல்லி விடுகிறேன்" என்று மளமளவென்று எல்லா உண்மைகளையும் கொட்டிவிட்டு, கையை நீட்டுகிறான். மாற்று மருந்தை ஹீரோ தருகிறார். அவன் பரபரப்புடன் வாங்கிக் குடிக்கிறான்.

'அப்பாடா பிழைத்தோம்" என்று வில்லன் ஆறுதல் அடையும்போது ஹீரோ, "முதலில் நீ குடித்தது விஷமல்ல. சாதாரண பானம்தான்! ஆனால், மாற்று மருந்து என்று இப்போது கொடுத்தேனே... அதுதான் உண்மையான விஷம்" நெத்தியடியாக நறுக்கென்று கூறிவிட்டுப் போகிறார்.

இந்த ஃபைனல் ட்விஸ்ட், 'ஆஹா' வென்று பிரமிக்க வைக்கிறது!

இப்படிப்பட்ட எதிர்பாராத திருப்பங்களை நம் தமிழ்ப் படங்களிலும் பலரும் கையாண்டு வெற்றி பெற்றுள்ளனர். நானும், என் கதைகளிலும் அவற்றைக் கையாண்டு வெற்றி பெற்றிருக்கிறேன்.

'முந்தானை முடிச்சு' படத்தில் ஊர்வசி கேரக்டர் பேரிலுள்ள கோபம் தணிந்து, ஹீரோ அவளுடன் தாம்பத்திய வாழ்க்கையை ஆரம்பிக்க வேண்டும் என்று வரும்போது, அவள் கருத்தடை ஆபரேஷனுக்கு சென்றிருப்பதாக தகவல் வரும். பதறி ஓடிப் போய் பார்த்தால், ஆபரேசன் முடிந்து ஹீரோயின் படுத்திருப்பாள்! மனம் நொந்து ஹீரோ நிற்கும்போது, டாக்டர் ஆபரேஷன் செய்யவில்லை' என்ற தகவலைச் சொல்வார்.

'எங்க சின்ன ராசா'வில் சித்தியான 'ஆத்தா' ஹீரோயினுக்கு விஷத்தைக் கொடுக்க, எங்கே கர்ப்பஸ்த்திரீ ராதா குடித்து விடுவாளோ ரசிகர்கள் துடிக்க, வேலைக்காரி, ராதாவுக்கு விஷயத்தைச் சொல்ல, ரசிகர்கள் 'அப்பாடா' என்று நிம்மதியடைய, திடீரென்று 'என் ஆத்தா விஷம் தர மாட்டாள்' என்று ஹீரோ வாங்கி குடித்துவிடுவதை ஒரு கிளைமாக்ஸ் ட்விஸ்டாக அமைத்திருந்தேன். அது கிளைமாக்ஸுக்கு வலிமையாக அமைந்தது.

'மௌன கீதங்களிலும்' அப்படித்தான்! ஹீரோயின் கோபம் தணிந்து ஹீரோவுடன் இணைய வரும்போது, ஒரு புது கல்யாணப் பிரச்சனையை ஒரு திருப்பமாக அமைத்திருப்பேன்.

இப்படி, ஒரு பட திரைக்கதையின் கடைசிக் கட்டம், ஜனங்கள் சற்றும் எதிர்பாராத ஒரு திருப்பத்துடன் அமைவது மிக முக்கியமானது என்பது என் அபிப்பிராயம்.

எனவே, நம் கதையமைப்பில் கடைசி கட்டத்தை ஒரு முறைக்கு பத்து முறை பரிசீலித்து, அதில் வித்தியாசமான திருப்பமும், ஏதாவது ஒரு முத்தாய்ப்பும் இருக்கிறதா என்று சரிபார்த்துக் கொள்ள வேண்டும்.

கிளைமாக்ஸ் எனப்படும் கடைசி கட்டத்திற்கான உழைப்பும், சாமர்த்தியமும்தான் ஒரு படத்திற்கு முதுகெலும்பு.

17

ஹீரோ, ஹீரோயின் இளம் தம்பதியினர்.

அவர்கள் அழகான ஒரு புது வீடு கட்டி, பத்து பனிரெண்டு குடித்தனங்களைக் குடிவைத்திருக்கிறார்கள். சந்தோஷமான, அமைதியான வாழ்க்கை. மனைவி கர்ப்பம் தரிக்கிறாள். "வீடு கட்டிய ராசியால்தான் கர்ப்பம் தரித்திருக்கிறாள்" என்று தம்பதியினர் மகிழ்ச்சி அடைகிறார்கள்.

இந்தச் சூழ்நிலையில், காலியாக உள்ள ஒரு போர்ஷனை ஒருவன் வந்து வாடகைக்கு கேட்கிறான். பரஸ்பரம் டெர்ம்ஸ் பேசி முடிவு செய்து கொள்கிறார்கள். "புதன்கிழமை அட்வான்ஸ் தந்து குடி வருகிறேன்" என்று அந்த ஆசாமி சொல்ல, எதார்த்தமாக சாவியைத் தூக்கிக் கொடுத்துவிடுகிறான் ஹீரோ.

ஞாயிற்றுக்கிழமையே அந்த போர்ஷனில் ஏதோ லொட்டு, லொட்டென்று அடிக்கிற சத்தம் கேட்கவே, ஹீரோ போய் கதவைத் தட்டிப் பார்க்கிறான்.

கதவைத் திறப்பவன், வாடகைக்குப் பேசி சாவி வாங்கியவன் அல்ல! வேறு ஒருவன். "நீ யார்?" என்று ஹீரோ கேட்க, புதியவன் "நீ யார்?" என்று முரட்டுத்தனமாக திருப்பிக் கேட்கிறான். வார்த்தை முற்றுகிறது. அட்வான்ஸ் தராததைக் கேட்க, "நீ வீடு வாடகைக்கு கொடுத்தது என் நண்பனிடம். அவனிடம் பேசிக் கொள்" என்று தூக்கி எறிந்து பேசிவிட்டு, புதிய ஆசாமி பட்டென்று கதவைத் தாளிட்டுக் கொள்கிறான்.

நொந்துபோன வீட்டுக்காரன், தன்னிடம் வாடகைக்கு எடுத்தவனுக்காக காத்திருக்கிறான். குறிப்பிட்ட நாளில் அவன் வருகிறான். ஆனால், பேசியபடி அட்வான்ஸ் எதுவும் தரவில்லை. கேட்டால், ஏதோ பேங்கில் ப்ராப்ளம், அது இது என்று சால்ஜாப்பு சொல்லிவிட்டு, திமிராகவே போர்ஷனுக்குள் நுழைந்துகொள்கிறான்.

முறைப்படி அட்வான்ஸூம் கொடுக்காமல், தந்திரமாக சாவியை வாங்கி உள்ளே புகுந்துகொண்ட இந்த வில்லனை எப்படிச் சமாளிப்பது, வெளியே அனுப்புவது என்று அந்த அப்பாவி தம்பதிகள் குழம்புகிறார்கள்.

அட்வான்ஸ் கேட்கும்போதெல்லாம், இதோ... அதோ... என்று இழுத்தடிக்கிறான் அந்த வில்லன். அதே சமயம், புதிதாகக் கட்டிய வீட்டுக்குள் 'பலான' பெண்கள் வருவது, போவது... அதைத் தொடர்ந்து பயங்கரக் கூச்சல் வந்துகொண்டிருக்கின்றன. கதவைத் தட்டினால் திறப்பதில்லை. மாற்றுச் சாவியைப் போட்டு கதவைத் திறக்க ஹீரோ நினைக்கிறான். அவர்கள் ஏற்கனவே பூட்டையே மாற்றிவிட்டு, உள்ளே இருக்கிறார்கள். அந்த போர்ஷனுக்குரிய மின்சார, தண்ணீர் சப்ளைகளை துண்டித்துவிட்டு, இவர்கள் எப்படியும் வெளியே வந்துதானே ஆக வேண்டும் என்று பார்த்தால், வில்லனுக்கு பதிலாக போலீஸ் வந்து நிற்கிறது.

வில்லன், தனக்கு வீட்டுக்காரர் அநியாயமாக எல்லா சப்ளைகளையும் துண்டித்ததாக பரிதாபமாகக் கூற, "குடித்தனக்காரர்களை கொடுமைப்படுத்துவது சரியா? முதலில் மின்சாரம், தண்ணீர் சப்ளைகளைக் கொடு" என்று போலீஸ் உத்தரவு போடுகிறது.

"அட்வான்ஸ் தரவில்லையே" என்று ஹீரோ முறையிடுவதற்கு, "அதெல்லாம் பணப் பிரச்சனை. கோர்ட்டில் தீர்த்துக்கொள்" என்று கூறிவிட்டுப் போகிறார்கள்.

வில்லனின் அட்டகாசம் வளர்ந்துகொண்டே போகிறது. கரப்பான் பூச்சிகளை பக்கத்து போர்ஷனில் பிடித்துவிட்டு, தொந்தரவை உருவாக்குகிறான். கார்ஷெட்டில் தனது காரை நிறுத்தியதோடு, ரிப்பேர் என்ற சாக்கில் அதை பிரித்துப் போட்டு, சுலபத்தில் அப்புறப்படுத்த முடியாமல் செய்கிறான்.

ஒரு தவறும் செய்யாமல் இப்படி இம்சைக்குள்ளாகிறோமே என்று ஹீரோவும், அவன் மனைவியும் தவிக்கிறார்கள். எதிரியோ பெரிய அடாவடிக்காரனாக இருக்கிறான். போதாததற்கு, போலீஸின் அனுதாபம் வேறு அவனுக்குத்தான் இருக்கிறது.

மீண்டும் மீண்டும் வில்லனால் டென்ஷன். அந்த டென்ஷனில் கதாநாயகிக்கு கருச்சிதைவும் நடந்துவிடுகிறது!

இந்த நிலையில் ஒரு நாள், ஹீரோ பெட்ரூமில் மனைவியுடன் இருக்கும்பொது வில்லன் உள்ளே நுழைந்து "என்ன நல்லாருக்கீங்களா?" என்று கிண்டல் பண்ணி எரிச்சல்

மூட்டுகிறான்.

இதுவரை வாடகை போர்ஷனில் அட்டகாசம் செய்தவன், தன் படுக்கை அறைக்குள்ளேயே நுழைந்து இடைஞ்சல் செய்யவும், ஹீரோவுக்கு ஆத்திரம் வருகிறது. வில்லனைப் போட்டு அடிக்கிறான். ஆனால், அதற்குள் வில்லன் ஏற்கனவே ஃபோன் செய்திருந்ததால், போலீஸ் வந்து, குடித்தனக்காரனை வன்முறையாகத் தாக்கியதாக வீட்டுக்காரனையே பிடித்துக்கொண்டு போகிறார்கள்.

அவன் எவ்வளவோ நியாயம் சொல்லியும், போலீஸார் கேட்கவில்லை. "உனக்கு எப்போதும் அந்தக் குடித்தனக்காரன்மீது வன்மம்தான். ஏற்கனவே வாட்டர் சப்ளை, எலக்ட்ரிக் சப்ளை எல்லாம் கட் பண்ணி அவனை துன்புறுத்தி இருக்கிறாய்" என்று ஹீரோவையே மடக்குகிறார்கள்.

வில்லன் பாசாங்காக, "வீட்டுக்காரனால் என் உயிருக்கே ஆபத்து" என்று கூற, ஹீரோவை இரண்டு நாட்களுக்கு வீட்டுக்குள் விடாமல், வேறு இடத்தில் தங்கவைக்கிறார்கள் போலீஸார்.

அந்த இரவில் வில்லன் ஹீரோயினிடம், "நாம் திருமணம் செய்து கொள்வோமா?" என்று கேட்க, ஹீரோயின் பதறிப்போய் கதவைத் தாளிடுகிறாள்.

வெளியிலிருந்து மனைவிக்கு ஃபோன் செய்கிறான் ஹீரோ. மனைவியின் பதிலில் ஏதோ பயமும், நடுக்கமும் தெரியவே... அவளை வில்லன் துன்புறுத்துகிறான் என்று புரிந்துகொண்டு, அங்கிருந்து வீட்டுக்கு வருகிறான். வீட்டுக்குள் நுழையவும், அவனை எக்காளமாக, "நீ இப்ப வருவேன்னு எனக்குத் தெரியும்" என்று வரவேற்று, துப்பாக்கியால் கால் முட்டியிலும், வயிற்றிலுமாக சுட்டுவிடுகிறான்.

ஹீரோ ரத்தக் காயங்களுடன் கீழே விழுகிறான். விழுந்தவன் கையில் ஒரு கத்தியைத் திணிக்கிறான் வில்லன். திட்டமிட்டபடியே போலீஸ் உடனே வருகிறது.

உடனே வில்லன், "இந்த வீட்டுக்காரன் உங்கள் காவலையும் மீறி இங்கே வந்து, என்னை கத்தியால் குத்தப் பார்த்தான். தற்காப்புக்காக நான் அவனை சுடும்படி ஆயிற்று" என்கிறான்.

ஹீரோவின் மறுப்பு எடுபடவில்லை.

"குடித்தனக்காரரை கொலை செய்ய முயற்சி செய்ததாக" அடிபட்ட ஹீரோவை போலீஸ் கைது செய்கிறது. அவன் காயத்துடன் மருத்துவமனையில் சோர்ந்து கிடக்கிறான்.

வீட்டில் ஹீரோயின் மட்டும் தனியாக இருக்க, அந்த நேரத்தில் வில்லன், ஹீரோயின் அறைக்குள் நுழைகிறான்.

அவள் நடுங்கி வெலவெலக்க...

இன்னொரு கதை.

'**ராக்கி**' என்ற குத்துச்சண்டை வீரன் 'உலக சாம்பியன்' பட்டத்தை வென்றுவிட்டு, சந்தோஷமாக ஊர் திரும்புகிறான். வீட்டுக்கு வந்த அன்றே வாஷ்பேசினில் குனிந்து முகம் கழுவும்போது நெற்றிப்பொட்டில் 'விண்'னென்று வலி. தலை 'கிர்'ரென்று சுற்றுகிறது.

மனைவி பதறிப்போய் அவனை அழைத்துக்கொண்டு டாக்டரிடம் ஓடுகிறாள். டாக்டர் பரிசோதித்து விட்டு, "அவனுக்கு தலையில் பலமாக அடிபட்டிருக்கிறது. மூளைப் பகுதியை பாதித்திருக்கிறது" என்றும், 'இனிமேல் அவன் குத்துச் சண்டையில் ஈடுபட்டால் உயிருக்கே ஆபத்து' என்றும் கூறுகிறார்.

உலக சாம்பியனானதான், இனி குத்துச் சண்டை போடவே முடியாது என்ற பலவீன நிலைக்கு உள்ளாகிப் போனதை அறிந்து, ராக்கி நொறுங்கிப் போகிறான்.

இனி சேர்த்துவைத்த பணத்தை வைத்தாவது நிம்மதியாக வாழலாம் என்று பார்த்தால், இன்னுமொரு பேரிடி, அவனுக்குக் காத்திருக்கிறது. எவனுக்கு 'பவர் ஆஃப் அட்டார்னி' கொடுத்திருந்தானோ, அவன் பணம் எல்லாவற்றையும் சுருட்டிக்கொண்டு, ஹீரோவை போண்டியாக்கிவிட்டு ஓடிவிட்டான்.

அதிர்ந்துபோன ஹீரோ, மீண்டும் குத்துச் சண்டைதான் போடவேண்டும் என்று யோசிக்கிறான். மனைவி, அவனை உயிரோடு விளையாட அனுமதிக்கவில்லை. தான் வேலை பார்த்து குடும்பத்தைக் காப்பாற்றுவதாகக் கூறி அவனை வீட்டோடு உட்கார வைக்கிறாள்.

ஆனால், அவனால் சும்மா இருக்க முடியவில்லை. குத்துச் சண்டை பயிற்சியாளராக மாறுகிறான்.

சுமார் 22 வயது மதிக்கத்தக்க திடகாத்திரமான ஓர் இளைஞன், அவனிடம் குத்துச் சண்டைப் பயிற்சி பெற வருகிறான். அவனைக் கண்டதும், ஹீரோவுக்கு உற்சாகமாகி விடுகிறது. தன் அளவுக்கு திறமை பெற்று, தன் மூலமே அவனும் உலக சாம்பியனாகிவிடுவான் என்ற நம்பிக்கை பிறக்கிறது.

எனவே, அவனை தன் வீட்டோடு தங்கவைத்து, பெற்ற மகனைவிட அவன்மீது அதிகம் ஈடுபாடுகொண்டு, உணர்ச்சிபூர்வமாக அவனுக்குப் பயிற்சி அளிக்கிறான். தனக்குத் தெரிந்த அத்தனை வித்தைகளையும் கற்றுக் கொடுக்கிறான். ஹீரோ அளிக்கும் பயிற்சியோ அவனுடைய உடல் நிலைக்கு மீறியது. பயிற்சி அளிக்கும்போதே தலையில் அடிக்கடி வலி வர, பலவீனம் தொடர்கிறது. ஆனாலும், 'தான் இனி செய்ய முடியாததை தன் சீடன் மூலம் சாதிக்கவைக்கப் போகிறோம்' என்ற உற்சாகம் அவனை தெம்புகொள்ள வைக்கிறது. கடுமையாக பயிற்சி அளித்து, தன் சீடனை, தன் புகழையும் பகிர்ந்து கொடுத்தே அரங்கேற்றுகிறான்.

அதாவது, தன் பெயரை சீடன் பெயருக்கு முன்னால் சேர்த்து. 'இன்னார் சீடன்' என்று ஒரு அதிரடியான விளம்பரம் கிடைக்கச் செய்கிறான். 'ராக்கியின் வாரிசு' என்ற 'புகழ் அலை' வீச, சிரமப்பட்டு ராக்கி தயாரித்த சீடன், மளமளவென்று வெற்றிகளைக் குவிக்கிறான். ராக்கியின் சீடன் பெறும் வெற்றிகள் மூலம், ராக்கியையே மீண்டும் பார்த்ததுபோல் ரசிகர்கள் ஆரவாரித்து மகிழ்கிறார்கள். அதற்கு தகுந்தாற்போல், தன் சீடன் வெற்றி பெற்றதும், ராக்கியும் மேடையில் தோன்றி, ரசிகர்களின் பாராட்டைப் பெறுவான்.

இந்த நிலையில், ராக்கியை வைத்து குத்துச்சண்டை நடத்தி பணம் குவித்த ஏஜென்ட், ராக்கியின் சீடனையும் தன் பக்கம் இழுக்க ஆரம்பிக்கிறான்.

'நீ சண்டை போட்டு ஜெயிக்க, அந்த ராக்கிக்கு புகழ் போகிறது' என்று சீடன் மனதில் விஷத்தைத் தூவுகிறான். அதோடு, ஓர் அழகான இளம் பெண்ணையும் அந்த இளம் வீரனுக்கு அறிமுகப்படுத்தி வைத்து வலை வீசுகிறான்.

ஏஜென்டின் தந்திரம் வேலை செய்கிறது.

அடுத்த உலக சாம்பியன் போட்டி நடக்க நாலைந்து நாட்களே இருக்கும்போது, ராக்கியின் சீடன் ராக்கியிடமிருந்து விலகி விடுகிறான்! தன் குடும்பத்தில் ஒருவனாக பாவித்து, அரும் பாடுபட்டு உருவாக்கிய சீடன், தன் வாரிசாக உலக சாம்பியன் பட்டத்தைப் பெற்று புகழ் சேர்ப்பான் என்று காத்திருந்த நிலையில், தன்னையே உதறிவிட்டுப் போவதை தடுத்து நிறுத்த ராக்கி எவ்வளவோ முயன்றும் முடியவில்லை.

வாழ்க்கையில் வரிசையாக தான் அடிமேல் அடி பட்டுக் கொண்டிருக்கும்போது, அடுத்த அடியாக சீடனின் பிரிவு ராக்கியை பாதித்து, சுருண்டு போகச் செய்கிறது.

உலக சாம்பியன் போட்டி நடக்கிறது. அதை டி.வி.யில் அனாதைபோல் ஒதுங்கி இருந்து பார்ததுக்கொண்டிருக்கும் நிலையிலும், பயங்கர உணர்ச்சி வேகத்துடன் ராக்கி, தன் சீடனின் வெற்றிக்காக கத்திக்கொண்டிருக்கிறான்.

ஒருவழியாக சீடன் உலக சாம்பியன் பட்டத்தை வென்று, தன்னந்தனியாக மேடையில் கையை ஆட்டுகிறான். ஆனால், அவனுடைய வெற்றியை யாரும் பாராட்டுவதில்லை. பத்திரிகைகளும் மதிப்பதில்லை.

காரணம், ராக்கியின் நிழலாக இருந்த அவன் வெற்றியை, அவனுடைய தனிப்பட்ட வெற்றியாக யாரும் அங்கீகரிக்கவில்லை. அப்போதுதான், இதுவரை தான் அடைந்த புகழெல்லாம் ராக்கிக்கு உரியதுதான் என்ற உண்மை உறைக்கிறது. சீடன் எரிச்சல்படுகிறான். அச்சமயம், தந்திரசாலியான ஏஜென்ட், ஒரு குயுக்தியான யோசனையைச் சொல்கிறான்.

“உன் சொந்தத் திறமையை யாரும் அங்கீகரிக்காமல், அனைத்தையும் ராக்கியின் வெற்றியாகவே நினைக்கிறார்கள். இதை முறியடிக்க வேண்டுமென்றால், நீ உலகறிய அந்த ராக்கியையே வலுச் சண்டைக்கு இழுத்து, அவனை அடித்துப் போட்டு, ஜெயித்துக் காட்ட வேண்டும்” என்று அவனை உசுப்பி விடுகிறான்.

தன் குருவின் உடல் பலவீன நிலையை அறிந்தும், நன்றி உணர்வின்றி அவனை துன்புறுத்தி, வெற்றிப் புகழை அடைவதற்காக சீடன் வருகிறான்.

ஒரு ஹோட்டலில் காப்பி குடித்துக்கொண்டிருக்கும் குருவை வீதியில் வலுச் சண்டைக்கு அழைக்கிறான். மனமும், உடலும் பலவீனப்பட்டிருந்த குரு, பரிதாபமாக “நீதான் உலக சாம்பியன் பட்டத்தை அடைந்துவிட்டாயே! இனிமேலும் என்ன?” என்கிறான்.

ஆனால், இளமை வேகமும், உடல் வலிமை கொண்டவனும், குருவிடமிருந்து எல்லா வித்தைகளும் கற்றவனுமாக சீடனோ, கோழிக் குஞ்சை அமுக்குவதைப்போல குருவையே அமுக்கிவிட்டு, புகழ் கனியை பறித்துவிட ஆர்ப்பரித்து, அறைகூவல் விட்டு கலாட்டா செய்கிறான்.

ராக்கி, இக்கட்டான பலவீன நிலையில் மறுக்க, சமாதானம் செய்ய வந்த ராக்கியின் வயதான நண்பரை சீடன் ஒரே குத்தில் மூர்ச்சை அடையச் செய்ய, ராக்கி வேறுவழியின்றி, வீதியில் சண்டைக்கு இறங்குகிறான்.

மேலே நான் சொன்ன இரண்டு கதைகளிலும் கிளைமாக்ஸ் பிரச்சனைகளை சொல்லியிருக்கிறேன். இந்த இரண்டு கதைகளிலும் ஆரம்பம் முதல், கிளைமாக்ஸ் நெருங்கும்வரை ஹீரோ ஒவ்வொரு கட்டத்திலும் எதிரியாலும், தன்னை சூழும் பிரச்சனைகளாலும் பாதிக்கப்பட்டுக்கொண்டே இருக்கிறான்.

முதல் கதையில், அப்பாவியான வீட்டுக்காரன், எதார்த்தமாக ஒருவனுக்கு வீடு கொடுக்க முன்வர, வில்லனின் ஆக்கிரமிப்பாலும், அக்கிரமத்தாலும் எதுவும் செய்ய முடியாமல், படிப்படியாக பாதிப்புக்கு உள்ளாகி, ஜெயிலுக்குப் போக, மனைவி நிர்க்கதியாகிறாள். அவளை சித்திரவதை செய்ய வில்லன் நெருங்குகிறான். வில்லன் வெற்றிமேல் வெற்றி பெறுவதைக் கண்டு நாம் டென்ஷனுக்கு உள்ளாகிக்கொண்டு வருகிறோம்.

'பாவம். இந்த அப்பாவிகளுக்கு இப்படி பிரச்சனைக்கு மேல் பிரச்சனை வந்து அமுக்குகிறதே... இவர்கள் எப்படியாவது தப்பித்துக்கொள்ள மாட்டார்களா?' என்று நாம் பரிதவித்து, டென்ஷனுக்கு உள்ளாகிவிடுகிறோம்.

ஒரு சின்ன திருப்பம் ஏற்பட்டாவது அவர்கள் மீண்டு விடமாட்டார்களா என்று கவலைப்பட ஆரம்பிக்கிறோம். சாதாரண கிளைமாக்ஸ் திருப்பம் ஏற்பட்டாலும், 'அப்பாடா' என்று சந்தோஷப்பட்டுவிடுவார்கள் ரசிகர்கள்.

அதேபோல், அடுத்த கதையிலும், தன் உழைப்பு, வெற்றி எல்லாவற்றையும் இழந்து நின்ற ஹீரோ, உயிர் ஆபத்தையே பொருட்படுத்தாமல் ஒரு சீடனை தயார் செய்ய, அவனே குருவின் உயிரை வாங்க வந்து நிற்கும்போது, நாம் அனுதாபத்தின் உச்சத்துக்கு போய் விடுகிறோம்.

இந்த இரு கதைகளிலும் ஒரு ஃபார்முலா தெரிகிறது.

ஹீரோவுக்கும், வில்லனுக்கும் பிரச்சனை தொடங்குவதில் இருந்து கிளைமாக்ஸ் வரை ஹீரோவை பல பிரச்சனைகளுக்கு உள்ளாக்கி, பலவீனப்படுத்தி, அவனை செயலற்றவன் போன்ற நிலைக்கு தள்ளிவிட்டு, பின் திருப்பத்தை உண்டாக்கியிருக்கிறார்கள்! அதற்காக வில்லனையே படிப்படியாக வலுப்படுத்திக் கொண்டிருக்கிறார்கள். அப்போதுதான் 'இந்த படுபாவி வில்லனிடம் இருந்து, பலவீன நிலையில் இருக்கும் ஹீரோ எப்போது ஜெயிப்பான்' என்ற ஆர்வமும், ஈடுபாடும் ரசிகர்களுக்கு ஏற்படுகிறது.

மேல்நாட்டுப் படங்களில் நான் பார்த்த இந்த உத்தி, நம்

நாட்டுக்குப் புதிதல்ல.

நம் புராண, இதிகாசக் கதைகளிலும் இதே அடிப்படைதான் வெற்றிகரமாக கையாளப்பட்டிருக்கிறது.

'**ராம**ர்' என்ற ஹீரோ, கிளைமாக்ஸ் வரை பலவீனமான நிலையிலேயே இருக்கிறான். மனைவியை ஒரு அசுரன் தூக்கிப் போகிறான். தூக்கிப்போகிற அசுரனான ராவணனோ, சாமான்யன் அல்ல. சிவனுடைய கைலாசத்தையே அசைத்தவன். அழியாத பல வரங்களையும், ஆயுதங்களையும் பெற்றவன். ராமனுக்கு ஒரு தலை என்றால் அவனுக்கு பத்துத் தலைகள். இப்படி, ஹீரோவை விட, வில்லனான ராவணன், ஆற்றலிலும் சூழ்நிலையிலும் பல மடங்கு வலிமையானவன்.

அந்த மஹா ராவணனை ராமர் எப்படி வெல்ல முடியும் என்ற திகைப்பை நமக்கு உண்டாக்குகிறார் காவியகர்த்தா!

அதேபோல், நரசிம்மாவதாரத்தில் இரண்யனை அறிமுகப்படுத்தும்போது. அவன் மகா விஷ்ணுவையே ஒரு துரும்புக்குச் சமமாக மதிக்கிறவனாக சந்திக்கிறோம். 'நாராயணன் பெயரைச் சொல்லாதே, என் பெயரைச் சொல்லித்தான் எல்லோரும் வணங்க வேண்டும்' என்று நாட்டுக்கு சட்டமே போடுகிறான்.

அவன் சிவனிடம் பெற்ற வரமோ, பயங்கரமானது. அவனை மனிதராலும் கொல்ல முடியாது. விலங்குகளாலும் கொல்ல முடியாது. இரவிலும் கொல்ல முடியாது. பகலிலும் கொல்ல முடியாது. மாளிகைக்கு உள்ளேயும் கொல்ல முடியாது. வெளியே வைத்தும் கொல்ல முடியாது.

இவ்வளவு வரம் பெற்றவனை எப்படித்தான் வெல்ல முடியும் என்ற கலக்கம் ஏற்படச் செய்கிறார்கள்.

தகப்பனின் சக்தி, சாமர்த்தியங்களுக்கு எதிரே பிரகலாதன் ஒரு கொசுமாதிரி! அந்தக் கொசு மாதிரியான பொடியன், அந்த பயங்கரமான தகப்பனை எதிர்க்கும்போது, இந்த பாலகன் ஜெயித்துவிடமாட்டானா என்று உருகுகிறோம்!

இதே அடிப்படைதான் சூரசம்ஹாரத்திலும்.

சாவே இல்லாத மாயாஜால பயங்கரவாதி சூரபத்மனை, குழந்தை முருகன் வீழ்த்தி, அவனை சேவல் கொடியாகவும் மயில் வாகனமாகவும் மாற்றுகிறார்.

தன் தாயைத் தவிர தன்னை யாரும் கொல்லக் கூடாது என்று வரம் பெற்றவன் நரகாசுரன்.

எந்தத் தாயாவது மகனைக் கொல்வாளா என்று நாம் கவலைப்படுகிறோம். அவனை, அவன் தாய் மூலமே தந்திரமாகக் கொல்லச் செய்து, கிளைமாக்ஸை முடிக்கிறான் கிருஷ்ணன்.

இப்படி, ஒவ்வொரு கதையிலும் வில்லனை மகா பயங்கரவானாக, வெல்ல முடியாதவனாக 'பூஸ்ட்' செய்து, வலிமைப்படுத்திக் காட்டிவிட்டு, ஒரு சாமானியமானவனை அவனுக்கு எதிராக நிறுத்தி, ஒரு பதைபதைப்பை ஏற்படுத்தி, கிளைமாக்ஸ் வெற்றியைத் தருவதுதான் ஒரு வெற்றிகரமான உத்தியாக தொடர்ந்து கையாளப்பட்டு வந்திருக்கிறது.

ஜேம்ஸ்பாண்ட் கதைகளில்கூட ஜேம்ஸ்பாண்டை சூரனாக அறிமுகப்படுத்தினாலும், அவனுடைய எதிரியை படிப்படியாக அவனைவிட கெட்டிக்காரனாக்கி, ஜேம்ஸின் அசாதாரண திறமைகளையும், பக்க பலங்களையும் வலுவிழக்கச் செய்து, டென்ஷனை உருவாக்கிவிட்டுத்தான் கிளைமாக்ஸைக் கொண்டுவந்து ஜெயிக்க வைப்பார்கள்.

அவ்வளவு ஏன்? நம் தினத்தந்தி 'கன்னித் தீவு' படக் கதையிலும்கூட, லைலாவை 'பொம்மை உரு'வாக மாற்றிய மந்திரவாதி மூசாவை, ஹீரோ சிந்துபாத் தேடுகிறான், தேடுகிறான்... தேடிக்கொண்டே இருக்கிறான். அவனை சந்திக்கவே முடியவில்லை. (எத்தனை தலைமுறைகள் வாசகர்கள் அதற்காகக் காத்திருக்க வேண்டுமோ?)

ஆக, நான் இதை வேடிக்கையாக குறிப்பிட்டாலும், இது ஒரு உண்மையான ஃபார்முலா. நமது முக்கிய கதாபாத்திரங்களுக்கு எதிராக உள்ள பிரச்சனைகளோ அல்லது எதிரிகளோ, படம் பார்ப்போரை அசரவைக்கும்வகையில் மிக மிக வலிமை உள்ளதாக, வலிமை உள்ளவர்களாக அமைக்க வேண்டியது அத்தியாவசியம் என்பதை ஒரு முக்கிய விதியாக நான் நினைக்கிறேன்.

●

18

'எப்படி எடுத்தால் படம் ஓடும் என்று புரியவில்லையே?' என்ற பொதுவான அங்கலாய்ப்பு, படத் தயாரிப்பாளர்கள் மத்தியிலும், டைரக்டர்கள் மத்தியிலும் இன்னும் இருந்தாலும், இப்படி எடுத்தவை அநேகமாக நன்றாக ஓடியிருக்கின்றன' என்கிற மாதிரி சில 'பசுமையான' (Ever green) ஃபார்முலாக்கள் படவுலகத்தில் வெகு காலமாக இருந்து வருகின்றன.

ஒன்று – காதல் கதைகள்

'அம்பிகாபதி அமராவதி', 'லைலா மஜ்னு', 'தேவதாஸ்', 'ஒரு தலைராகம்' முதல் 'அலைகள் ஓய்வதில்லை', 'காதல் ஓவியம்' என்று நீளமான பட்டியல் சமீபத்தில் வெற்றி கண்டிருக்கும் 'வைகாசி பொறந்தாச்சு', 'ஈரமான ரோஜாவே' வரை அடங்கும்.

இந்த பிரிவுப் படங்களின் முதுகெலும்பாக அமைந்திருக்கும் பிரச்சனை, இரு உள்ளங்களின் உணர்ச்சிமயமான காதல். அந்த காதலுக்கு ஏற்படும் பிரச்சனை அல்லது குறுக்கே நிற்கும் வில்லன், அதனால் ஏற்படும் பிரிவு, அந்த பிரிவை எதிர்த்து காதலர்கள் வெற்றி பெறுதல் அல்லது எதிர்பாராத திருப்பங்களால் தோல்வி அடைதல் – இந்த அடிப்படையில்தான் அந்தப் படங்கள் அமையும்.

இந்த வழக்கமான ஃபார்முலாவில், படத்துக்குப் படம் காதல் ஏற்படும் முறையிலும், கதையை நகர்த்திச் செல்லும் ஹீரோ அல்லது வில்லன் பாத்திரங்களின் தலைமையிலும்தான் புதிது புதிதான விஷயங்களை கேமரா, இசை, இளசுகளின் துள்ளல், டைரக்டரின் உத்தி – இதைப் பொறுத்தே இந்தப் படங்களின் வெற்றி அமையும்.

அடுத்த ஃபார்முலா – கணவன், மனைவி இருவருக்கும் இடையே ஏற்படும் பிரிவுப் பிரச்சனை.

இந்த ரகத்திலும் பல வெற்றிப் படங்கள் உண்டு. அன்பான கணவனுக்கும், மனைவிக்கும் மத்தியில் பிறர் பிரச்சனையை உண்டாக்கி, அதனால் பிரிவு அல்லது அவர்களுக்குள்ளாகவே கருத்து வேறுபாடு அல்லது யாரோ ஒருவர் அகம்பாவத்துடன் நடந்து, பதிரந்து, பின் மனம் மாறி திருந்துவது – இப்படி பல கோணங்களில் கதையமைப்பு இருக்கும். இதுவும் ஒரு வெற்றி ஃபார்முலா.

'கண்ணகி' முதல் 'தெய்வப்பிறவி', 'சவாலே சமாளி', 'இரு கோடுகள்' இப்படிப் பல. என்னுடைய 'மௌன கீதங்கள்' உட்பட பல படங்கள் இந்த அடிப்படையில் வெற்றி கண்டிருக்கின்றன. இன்னும்கூட பல புதிது புதிதான சம்பவங்களுடனும், பிரச்சனைகளுடனும் இந்த ஃபார்முலா படங்கள் வந்தால், தாய்மார்கள் குடும்பத்தோடு கண்டு களித்து, அதே வெற்றியை தேடித் தந்துவிடுவார்கள்.

ஏறக்குறைய ஆங்கிலம் உட்பட, எல்லா மொழிகளிலுமே வெற்றிகரமாக ஒர்க் அவுட் ஆகும் ஃபார்முலா இது.

இன்னொரு வெற்றி ஃபர்முலா – பிரிந்தவர்கள் கூடுவது.

பெற்ற தாயும் மகனும் பிரிந்து கூடுதல், குடும்பமே நெல்லிக்காய் மூட்டைபோல் சிதறி, பின் கூடுவது. சகோதரர்கள் பிரிந்து, ஒருவருக்கொருவர் எதிரிகளாக வளர்ந்து, பின் கூடுவது. நண்பர்கள் பிரிந்து பகைவர்களாய் சந்திப்பது – இப்படி பலப் பல அம்சங்களில் பரவலாக வெற்றிகண்ட ஃபார்முலா இது. இன்னும் இந்திப்பட உலகில் மிகவும் விரும்பி பயன்படுத்தப்படும் ஃபார்முலா இது.

'யாதோங்கி பாராத்', 'தீவார்' எல்லாம் பிரமாத வெற்றி முத்திரை பதித்தவை. இந்தியிலிருந்தும், கன்னடத்திலிருந்தும், தெலுங்கிலிருந்தும் இந்த உத்திப் படங்கள் மொழிமாற்றம் செய்யப்பட்டோ, ரீ மேக் செய்யப்பட்டோ தமிழ்நாட்டை கலக்கியிருக்கின்றன. தமிழில்கூட இந்த அடிப்படையில் பல படங்கள் ஜெயித்திருக்கின்றன. பல ஆக்ஷன் படங்களுக்கு இந்த கதைக்களம் மிகப்பெரிய அளவில் உதவியிருக்கிறது.

'வித்தியாசமான சம்பவங்களும், புதுமையான போராட்டமும் அமைந்தால், நிச்சயம் வெற்றி' என்று உறுதி செய்யும் இன்னொரு ஃபார்முலா – 'அநீதியை எதிர்த்து ஆணோ, பெண்ணோ போராடி வெற்றி பெறுவது!'

ஒரு கிராமத்தையே துன்புறுத்தும் கொடுமைக்கார பண்ணையார், ஒரு பெண்ணின் கற்பை சூறையாடிய மோசடியான காதலன்,

சட்டத்துக்கு சவாலாக இருக்கும் பெரும் புள்ளிகள் – இப்படிப் பட்டவர்களை எதிர்த்துப் போராடி, ஒரு ஆணோ, பொண்ணோ வெற்றி பெறுவது.

'நம் நாடு' போன்ற தலைவரின் படங்கள், 'சட்டம் ஒரு இருட்டறை' முதல் 'சத்ரியன்' வரையிலான விஜய்காந்த் படங்கள், 'வேலை கிடைச்சிடுச்சு' போன்ற சத்யராஜின் படங்கள் இந்த ரகம்.

'இதுதாண்டா போலீஸ்', 'வைஜெயந்தி ஐ. பி. எஸ்.' – இவை போலீஸ் துறைக்கு சவாலான சக்திகளை, ஒரு நேர்மையான போலீஸ் அதிகாரி போராடி வெல்வது.

அதேபோல், தனிப்பட்ட வாழ்வில் ஒரு மோசடியான காதலன் செய்த துரோகத்தை எதிர்த்து, மிக வித்தியாசமாக போராடி ஜெயித்தவள், 'விதி' ஹீரோயின்.

அநீதி செய்பவர்களுக்கு எதிராக ஹீரோ, ஹீரோயின் கொதித்தெழுந்து அடக்குவது, தர்ம வெற்றிக்காக குரல் கொடுத்து, மக்கள் சக்தியைத் திரட்டுவது என்ற இந்த ஃபார்முலாவும் திரும்பத் திரும்ப திறமையாகவும், புதுமையாகவும் கையாளப்பட்டதில் நிச்சயமான வெற்றிகளை தேடித் தந்திருக்கிறது.

இன்னொரு ரகம், 'தியாகத்தை' அடிப்படையாகக் கொண்டது.

ஒரு குடும்பத்துக்காக அல்லது காதலனுக்காக அல்லது காதலிக்காக, சகோதரர்களுக்காக, சகோதரிக்காக – கதாநாயகனோ, கதாநாயகியோ தங்கள் வாழ்வையே தியாகம் செய்து, ரசிகர்களை உருகவைத்து வெற்றி பெறுவது. இந்த ரகத்திலும் மிக நீண்ட பட்டியல் உண்டு.

ஒரு குடும்பத்துக்காக வாழ்ந்து, பழி சுமக்கும் "பாபு", தன் குடும்பத்துக்காக வாழ்ந்து, தன் வாழ்வையே மெழுகுவர்த்தியாக்கிக் கொள்ளும் 'அவள் ஒரு தொடர்கதை' நாயகி, தன் குடும்பத்திற்காக தன் பெண்மையையே பலி கொடுக்கும் 'அரங்கேற்றம்' நாயகி, காதலியின் நல்வாழ்விற்காக பொய் நாடகமாடி தியாக தீபமாகும் 'வாழ்வே மாயம்', 'பயணங்கள் முடிவதில்லை' நாயகர்கள், அக்காவுக்காக தங்கை செய்யும் தியாகமான 'கல்யாணப் பரிசு' என்ற இந்த ரக வெற்றிப் படங்களும் எண்ணற்றவை.

காதலில், குடும்ப வாழ்வில், நட்பில் எல்லாம் இந்தத் தியாகம் மிகச் சிறப்பாக செயல்பட்டு, வெற்றி தேடித் தந்திருக்கிறது.

இப்படி இன்னும் சில பசுமையான ஃபார்முலாக்கள் உள்ளன. மேற்கூறிய எல்லா ஃபார்முலா படங்களிலும் ஒரு குறிப்பிட்ட ஒற்றுமை உண்டு. அது, நல்லவர்களுக்கும் கெட்டவர்களுக்கும்

இடையே உண்டான போராட்டம் என்பது. அதாவது, நியாயத்துக்கும் – அநியாயத்துக்கும் இடையே உள்ள மோதல். ஏதோ ஒரு அநியாய சக்தி, நியாயமான காதலைப் பிரிக்கும். அமைதியான குடும்பத்தை ஓர் அக்கிரம சக்தி சிதைக்கலாம். சட்டம், ஒழுங்கு போன்ற சமுதாய தர்மங்களை, சமூக விரோத சக்திகள் நசுக்கலாம். நல்ல உள்ளங்களை சுயநல கும்பல் பாழாக்கலாம்.

இந்த நியாய – அநியாய போராட்டம் பற்பல கதைகளில், பல்வேறு பாத்திரங்களின் பின்னணியில் ஊடுருவி நிற்கும். என்னைப் பொறுத்த அளவில், இப்படி நல்லவைகளுக்கும், கெட்டவைகளுக்கும் இடையே வரும் மோதல் மட்டுமல்லாது, இன்னொரு அற்புதமான மோதலும் வசீகரமான ஓர் அம்சமாக என்னை பாதித்திருக்கிறது.

அதுதான் இரண்டு நல்ல சக்திகளுக்கு இடையே உருவாகும் போராட்டம்!

ஒரு புராணச் சம்பவம்.

கிருஷ்ணனும், அர்ச்சுனனும் நரநாராயண அம்சம். உறவில் மைத்துனனும், மாப்பிள்ளையும், பக்தியில் கிருஷ்ணனின் முழு அன்பிற்குப் பாத்திரமான ஒரு சீடன், அர்ச்சுனன்தான். அர்ச்சுனனுக்கு வழிகாட்டி, காவல் தெய்வம், கீதை சொன்ன ஞான குரு, வெற்றிதந்த சாரதி எல்லாமே கிருஷ்ணன்தான்.

இப்படிப்பட்ட இவர்களுக்கு இடையே ஒரு எதிர்பாராத மோதல் ஏற்பட்டு விடுகிறது. ஒரு கந்தர்வன், கிருஷ்ணரின் தர்ம கோபத்துக்குள்ளாகவே, அவனைக் கொல்ல ஸ்ரீ சக்ரத்தை ஏவுகிறார். கிருஷ்ணர் தன் சக்கரத்தை ஏவினால், அது எதிரியை சம்ஹாரம் செய்துவிட்டுத்தான் திரும்பும். கந்தர்வன் உயிருக்காக அலைமோதி ஓடுகிறான். தேவர்கள், மும்மூர்த்திகள் யாவருமே கிருஷ்ண சக்கரத்திற்கு எதிராக அவனைக் காப்பாற்ற முனையமாட்டார்கள். கடைசியில் அர்ச்சுனனிடம் போய், "என் உயிருக்கு அபயம் கொடுங்கள்" என்று விழுகிறான். 'இவன் கிருஷ்ணனின் பகையை தேடிக்கொண்டிருக்கிறான்' என்று தெரியாமலேயே, 'அடைக்கலம் தேடி வந்தவர்களுக்கு ஆதரவு தர வேண்டும்' என்ற சுத்த வீர தர்மப்படி அவனுக்கு அபயம் கொடுத்து விடுகிறான் அர்ச்சுனன்.

பின்னர்தான் அவனைத் துரத்தி வருவது கிருஷ்ணரின் சக்கரம் என்று தெரிகிறது. அர்ச்சுனன் அதிர்ச்சியடைகிறான். பின்,

“கிருஷ்ணரை சமாதானப்படுத்தி விடலாம். தான் செய்ததை கிருஷ்ணர் ஏற்றுக் கொள்வார்” என்ற நம்பிக்கைகொண்டு, சக்கரத்தை நிறுத்திவிடுகிறான். விடுத்த சக்கரத்தை நிறுத்தக் கூடிய சக்தி – கிருஷ்ணருக்கும், அர்ச்சுனனுக்கும்தான் உண்டு. தன் சக்கரம் நிறுத்தப்பட்டதும், கிருஷ்ணரே அங்கு வந்து விடுகிறார்.

“அர்ச்சுனா... என் எதிரி உனக்கு எதிரி! அவனை சக்கரத்திடம் ஒப்படை” என்கிறார் கிருஷ்ணர்.

“என்னால் அடைக்கலம் தரப்பட்டவனை பாதுகாக்கும் பொறுப்பு உனக்கும் உண்டே. அவனை மன்னித்து விடு கிருஷ்ணா” என்று வேண்டுகிறான் அர்ச்சுனன்.

“மன்னிக்க முடியாத குற்றம் செய்தவன். அவனை ஒப்படைத்துதான் ஆக வேண்டும்.” என்கிறார் கிருஷ்ணர்.

“என் உயிரே போனாலும், அபயம் அளிக்கப்பட்டவனை காப்பாற்றியே தீருவேன். என் கடமை அது” என்று மறுக்கிறான் அர்ச்சுனன்.

வார்த்தை முற்றி, கடைசியில் இருவருக்கும் இடையே ஒரு பயங்கரமான போர் தொடங்கிவிடுகிறது.

பூலோகமும், வானுலகமும், முப்பத்து முக்கோடி தேவர்களும் கதி கலங்கி, என்ன ஆகுமோ என்ற பதற்றத்துடன் பார்த்திருக்க, கிருஷ்ணரும், அர்ச்சுனனும் கடுமையாகப் போரிடுகிறார்கள்.

இது – இரண்டு தர்ம சக்திகளுக்கிடையெ உருவாகிய போர். இரண்டு நியாயவான்கள், ஓரோர் நியாயத்தின் அடிப்படையில் தொடுத்த போர். கிருஷ்ணர், துஷ்டனை தண்டிக்கும் நியாயமான கடமைக்காக போரிடுகிறர். அர்ச்சுனனோ, அபயம் அளித்தவனை காக்கும் கடமைக்காக தன் உயிர்த் தலைவனையே எதிர்த்து போரிடுகிறான்.

‘இரண்டு பக்கமும் நியாயம் இருக்கிறதே, இரண்டு பக்க நியாயங்களும் ஜெயிக்க வேண்டுமே. இரண்டு நியாயவான்களும் மீண்டும் இணைய வேண்டுமே...’ என்ற பதைபதைப்பை அனைவரிடமும் தோற்றுவித்த சத்தியப் போராட்டம் இது.

இது என்னை மிகவும் கவர்ந்தது.

திரைப்படங்களில் இப்படி இரு நியாய சக்திகளின் மோதல் எந்த அளவு வெற்றி பெற்றிருக்கிறது என்று யோசித்தபோது, சில அருமையான வெற்றிப் படங்கள் நினைவுக்கு வந்தன.

‘படிக்காத மேதை’ படத்தில் மிகவும் ஜீவனுள்ள அம்சமாக

இந்த போராட்டம்தான் அமைந்திருக்கும்.

எஸ். வி. ரங்கா ராவ் – சிவாஜி இருவருக்குமிடையே எழும் பிரச்சனை. பெற்ற பிள்ளைகளைவிட, உயிருக்குயிரான பெறாத பிள்ளையாக சிவாஜி பேரில் பாசத்தைப் பொழிபவர் ரங்கா ராவ். அவரை தெய்வமாக வழிபடுபவர் சிவாஜி சார். பாரதியார் கண்ணனை போற்றிய வரிகளாலேயே சிவாஜியை 'வேலைக்காரனாய், நண்பனாய், நல்லாசிரியனாய்' போற்றிய ரங்கா ராவே ஒரு குடும்ப நெருக்கடியில், 'நீ வீட்டை விட்டுப் போடா' என்று வெளியே அனுப்பி விடுவார். தன் மனைவியுடன் (சௌகார் ஜானகி அம்மா) வெளியேறிய சிவாஜி, துடிதுடித்துப் போவார்.

மற்றவர்களுக்காக இந்தப் பிரிவை ஒரு சிலுவையாக ஏற்றுக்கொண்ட இருவரும் எப்போது சேரப் போகிறார்கள் என்று நம்மை ஏங்க வைத்து, துடிக்க வைத்திருப்பார்கள் இந்தப் படத்தில்.

இந்த இரு அன்பு சக்திகளுக்குமிடையே ஏற்பட்ட பிரிவுதான், படத்தின் முதுகெலும்பான அடித்தளமாக நான் நினைக்கிறேன்.

'பந்தயம்' என்றொரு வெற்றிப்படம். ஏ. வி. எம். ராஜன் நடித்தது. அதில் இரு உயிர் நண்பர்கள், எதிர் சக்திகளாக மாறிவிடுவார்கள். ஒருவன் திருடனாகவும், இன்னொருவன் போலீஸாகவும் மோதுவார்கள். இருவர் பக்கமும் நியாயம் இருக்கும். யாரையும் குறை கூற முடியாமல், இவர்கள் பிரச்சனை சுமூகமாக தீராதா என்று நம்மை பரபரப்படைய வைத்திருப்பார்கள்.

இந்த நியாயங்களின் போராட்டத்தை என் படங்களில் ஓரளவு அதிகமாகவே பயன்படுத்தி இருக்கிறேன்.

'அந்த ஏழு நாட்கள்' படத்தில், பாலக்காட்டு மாதவனும் (நான்) நல்லவன்; அவனுடைய காதலியை திருமணம் செய்துகொண்ட டாக்டரும் மிகவும் உத்தமமானவர். தன் மனைவியை காதலனிடமே ஒப்படைக்க இதயபூர்வமாக முயற்சி எடுப்பவர். இருவரும் நல்லவர்கள். இந்த நல்லவர்களுக்கு இடையே கல்யாணம் என்ற சிக்கல் விழுந்து, ஒரு பிரச்சனையை உருவாக்கிவிடுகிறது. 'வில்லன் ஒழிய மாட்டானா?' என்பதில் ஏற்படும் பரபரப்பையும், ஆர்வத்தையும் விட, இந்த நல்லவர்களுக்கு ஒரு நல்ல முடிவு ஏற்படாதா என்ற ஆவல்தான் ரசிகர்கள் மத்தியில் உருவாகி அந்தப் படத்தை வெற்றிபெறச் செய்தது.

'மௌன கீதங்களிலும்' இந்த ஃபார்முலா சிறப்பாக அமைந்தது.

ஹீரோ ஒரு தப்பு செய்திருந்தாலும், அவனுடைய பாத்திரம் அமைந்திருந்த முறை, அவனுக்கு ரசிகர்களிடம் மன்னிப்பை தேடித் தந்து, நல்லவனாக ஏற்றுக் கொள்ளச் செய்திருந்தது. 'பாவம், அப்பாவி' என்றுதான் சர்ட்டிஃபிகேட் கிடைத்தது. சரிதாவின் கோபத்திலும் பரிபூரண நியாயம் இருந்தது. இந்த அப்பாவியும், அவளும் மீண்டும் இணைய வேண்டும் என்ற ஓர் ஆர்வ உந்துதல்தான் படத்தின் அடிப்படை நாதமாக (Under tone) அமைந்திருந்தது.

'தூறல் நின்னு போச்சு' படமும், நல்லவர்களுக்கு மத்தியில் அமைந்த போராட்டம்தான்.

ஹீரோ – ஹீரோயினுக்கு நடுவே இருக்கும் செந்தாமரை கேரக்டரும் வில்லனல்ல. அவர் சுயமரியாதை உள்ளவர். வரதட்சனை விஷயத்தில் அவருடைய தன்மானத்தை சம்பந்தி அம்மாள் இடித்துக் கூறியபோது, இந்த திருமணமே வேண்டாம் என்று உதறுகிறார். ஹீரோ பணத்தோடு வந்து உதவும்போது, 'என்னை பிச்சைக்காரன் என்று உறுதிப்படுத்திவிட்டாயே' என்றுதான் அவர் குமுறுகிறார். ஒரு கிராமியப் பண்பாட்டின் சுய கௌரவ வார்ப்பாகவே அவர் அமைந்தார். ஆகவே, இதுவும் நல்ல சக்திகளின் தார்மீக மோதல்தான்.

'கைதியின் டைரி'யில் அமைந்த தந்தை – மகன் மோதலும் அதேதான்.

தந்தையின் பழிவாங்கும் வெறியில் தர்மாவேசம் இருந்தது. மகனின் கடமை உணர்ச்சியிலும் நியாயம் இருந்தது. இருவரில் எவர் தோற்றாலும், அது நியாயமாக இருக்காது என்ற உணர்ச்சிப் பின்னணியில்தான் அந்தப் படம் நகரும்.

மற்ற எல்லா வகை ஃபார்முலாக்களும் வெற்றிகரமாக அமைந்தவைதான் என்றாலும், இப்படி நியாயங்களின் மோதல், இன்னும் சற்று பிடிப்பாகவும், சுவாரஸ்யமாகவும் அமையும் என்பது என் கருத்து.

19

ஒரு காட்சி.

பிரம்மாண்டமான பங்களா! விலை உயர்ந்த ஆடம்பரமான சோஃபா செட்டுகள், விரிப்புகள், உயர்தரக் கண்ணாடிகள், கவர்ச்சியான கலைப் பொருட்கள் இவை எல்லாம் அந்த பங்களாவின் அழகுக்கு அழகூட்டுகின்றன. அங்கே ஐந்தாறு குழந்தைகள் லூட்டி அடிக்கின்றன.

ஒரு குழுந்தை வெல்வெட் கவர் போட்ட சோஃபாவை பிளேடால் கிழிக்கிறது. வேலைக்காரி பதறிப்போய் தடுக்க முயல்கிறாள். குழந்தை அவளை உதறிவிட்டு மேலும் கிழிக்கிறது. வேலைக்காரி ஓடிப்போய், நடுத்தர வயதுள்ள முதலாளி அம்மாளிடம் முறையிடுகிறாள். அந்த அம்மாள், அவளுடைய முறையீட்டை பொருட்படுத்தாமல், குழந்தையிடம் வந்து, "கண்ணா... பிளேடு கையைக் கீறிடும்மா. குடு, நான் உனக்கு வேற ஏதாவது தர்றேன்" என்கிறாள் தாய்மைக் கனிவோடு.

இன்னொரு குழந்தை அற்புதமான கலைப் பொருள் ஒன்றை போட்டு உடைக்கிறது. அந்த அம்மா அப்போதும் பதறவில்லை. வேலைக்காரியை அழைத்து, உடைந்த பாகங்களைக் காட்டி, அள்ளி சுத்தம் செய்யச் சொல்கிறாள். "உடைந்த துண்டுகள் குழந்தைங்க காலைக் கிழித்துவிடும். சீக்கிரம், சீக்கிரம்..." என்கிறாள்.

இன்னொரு குழந்தை விலையுயர்ந்த ரத்தினக் கம்பளத்தில் தண்ணீரைக் கொட்டி அலைகிறது.

அடுத்தது நாற்காலியைப் புரட்டி உடைத்து, முக்காலியாக்குகிறது. கண்ணாடிப் பாத்திரங்கள் துவம்சமாகின்றன. அந்த அம்மாள் எதைப் பற்றியும் அலட்டிக் கொள்ளாமல், குழந்தைகளின் உற்சாக விளையாட்டை மெய்மறந்து ரசிக்கிறாள். அவர்களைப் பார்த்து பரவசப்படுகிறாள்.

அச் சமயம் வாசலில் கார் வந்து நிற்கிறது. வீட்டுக்காரர் இறங்கி வருகிறார். வரும்போதே அவர் காதில், வீட்டை துவம்சம் செய்துகொண்டிருக்கும் குழந்தைகளின் விளையாட்டு இரைச்சல் ஒலிக்க, உற்சாகமடைகிறார். அவர் முகத்திலும் கோபமோ, எரிச்சலோ இல்லை. புன்னகை சிந்த, பாசப் பரிவோடு குழந்தைகளைப் பார்த்துக்கொண்டு நுழைகிறார். தாய் ஓடிப்போய் அவரை வரவேற்கும்போது, "பாருங்க கண்ணன் என்ன அழகா ஜம்ப் பண்றான்!" என்று சோஃபாவில் குதித்துக்கொண்டு இருக்கும் குழந்தையைக் காட்டுகிறாள்.

"கமலிக் குட்டி என்ன அழகா படம் போடுகிறாள்!" என்று சுவரில் கிறுக்கிக்கொண்டிருக்கும் குழந்தையைக் காட்டுகிறாள்.

அவரும், "வெரி குட், வெரி குட்" என்று பரவசப்படுகிறார்.

இதுவரை வீட்டை கந்தரகோளம் பண்ணிக்கொண்டிருந்த குழந்தைகள், அவர்மீது தாவுகின்றன. ஒன்று – கோட்டைப் பிடித்து சாக்லேட்டைத் தேடி எடுக்கிறது.

மற்றொன்று அவர் கையிலிருந்து ஐஸ்க்ரீம் பார்சலை தட்டிப் பறிக்கிறது. இன்னொன்று அவர் மேல் குதிரை ஏற முயல்கிறது. அவருடைய வெள்ளை பேண்டை அழுக்குக் கையால் பிடித்து இழுக்கிறது ஒரு குழந்தை.

அவர் எதற்கும் கோபப்படாமல், "ஐ லவ் யூ கிட்ஸ்" என்று குழந்தையோடு குழந்தையாக ஐக்கியமாகி, அவர்களுடன் கொஞ்சி விளையாடுகிறார்.

தன் கணவரை குழந்தைகள் படுத்தும் பாட்டைப் பார்த்து, மனம் பொங்கிச் சிரிக்கிறாள் அந்தத் தாய்.

குழந்தைகளுக்கும், கணவருக்கும் டீ, பிஸ்கெட்ஸ், பலகாரங்கள் எல்லாம் கொண்டு வருகிறாள். ஏக கலாட்டாவுடன் அடித்துப் பிடித்து பலகாரங்களைத் தின்கின்றனர் குழந்தைகள்.

சுவர் கடிகாரத்தில் மணி ஏழு ஆவது காட்டப்படுகிறது.

அப்போது குழந்தைகள் சூழந்திருக்க, கணவன் கதை சொல்கிறார். மனைவி ரசித்துக்கொண்டிருக்கிறாள். அவள் மடியில் எல்லா குழந்தைகளும் தலை சாய்த்து கதை கேட்க, குழந்தைகளின் கேசங்களை பிரிவுடன் கோதிக்கொண்டிருக்கிறது தாயின் கரங்கள்.

அச் சமயம் வாசலில் ஒரு பெண்மணியின் உருவம் தயக்கமாக வந்து நிற்கிறது. எல்லோரும் திரும்பிப் பார்க்கிறார்கள்.

“ராஜுவோட அப்பா நைட் டியூட்டிக்கு போகணும். அதுக்குள்ள குழந்தைய பாக்கணுங்கறார்...” என்கிறாள் அந்த அம்மா.

உடனே வீட்டுக்காரர், “ராஜு... உங்கம்மா கூப்புடறாங்க... ஓடு, ஓடு” என்கிறார். ஒரு குழந்தை, பீப்பாயிலிருந்து ஒரு பிஸ்கெட் பாக்கெட்டைத் தூக்கிக்கொண்டு ஓடுகிறது.

இன்னொரு பெண்மணி வாசற்பக்கம் தோன்றுகிறாள்.

“கொஞ்சம் பேபியை அனுப்புங்க. அவளுக்கு நாளைக்கு பரீட்சை...” என்கிறாள். வேறொரு குழந்தை பதறி ஓடுகிறது. அந்தம்மா குழந்தையோடு வெளியேறும்போது அவருக்கு எதிரே இன்னொரு அம்மா வருகிறார். மீண்டும் ஒரு குழந்தை வெளியேறுகிறது.

மணி ஏழரை. பங்களாவில் இருந்த கடைசிக் குழந்தையும், வாசலில் காத்து நிற்கும் தாயுடன் ஓடுகிறது.

இப்போது பங்களா வெறிச்சோடி, ‘ஓ’வென்று காட்சி அளிக்கிறது. சிதறிக் கிடக்கும் ஃபர்னிச்சர்கள், உடைந்து சிதறிக் கிடக்கும் பொருட்கள் மத்தியில் ஆளுக்கொரு பக்கமாக அந்த பெண்மணியும், கணவனும் ஒருவரையொருவர் பார்த்துக்கொண்டு இருக்கிறார்கள். கதவோரம் இருந்த வேலைக்காரி அவர்களை அனுதாபத்துடன் பார்க்கிறாள். பெண்மணியின் கண்கள் கலங்குகின்றன. கணவர், வேதனை கலந்த பரிவுடன் எழுந்து, மனைவியின் அருகே செல்கிறார். ஆதரவாக அவள் தோளைப் பற்றுகிறார். அந்த அம்மாளின் துக்கம், ஒரு விம்மலாக வெடிக்க... அவர் மார்பில் சாய்கிறாள்.

இந்தக் காட்சியைப் படித்ததுமே, அந்த தம்பதிக்கு குழந்தை இல்லை என்பதும், குழந்தை அன்புக்காக அவர்கள் ஏங்குவதும் அழுத்தம் திருத்தமாக பதிந்திருக்கும் என்று நினைக்கிறேன்.

குழந்தை இல்லா பிரச்சனை ஒன்றை மையமாக வைத்து நான் உருவாக்கியிருந்த ஒரு கதைக்கு இது ஒரு அறிமுகக் காட்சி.

அந்தக் கதையை தயாரிப்பளர்களிடமோ, உதவியாளர்களிடமோ முதன்முதலாக சொல்லும்போது, மிக சுலபமாக,

ஒரு புருஷன் – பெண்ஜாதி, அவர்களுக்கு கல்யாணமாகி ஏழு, எட்டு வருஷமாகியும் குழந்தை இல்லை. அவங்க போய்ப் பார்க்காத டாக்டர் இல்லை. அந்த அம்மா கும்பிடாத தெய்வமில்லை. ராத்திரி படுக்கையில் உட்கார்ந்து அந்தம்மா,

“ஏங்க... நாம என்ன பாவம் செய்தோம்? எல்லா தெய்வங்களுக்கும் வேண்டிக்கிட்டும் நம்மைக் கடவுள் இப்படி சோதிக்கிறாரே”ன்னு புலம்புவாங்க. ‘பராவாயில்லம்மா. உனக்கு நான் குழந்தை, எனக்கு நீ குழந்தை’ன்னு அவரும் ஆதங்கப் பெருமூச்சு விடுவார்...

என்று குழந்தையில்லாத ஏக்கத்தை உருக்கமாகச் சொல்ல வேண்டி இருக்கும். அப்படி வார்த்தை அலங்காரத்தோடு சொல்லும்போது, கேட்பவர்கள் மனதில் அந்த சமாச்சாரம் நன்றாகப் பதிந்துவிடும். ஆனால், படத்தில் காட்டும்போது, இவ்வளவு விபரத்தையும் கதாசிரியர் சொல்லிக்கொண்டிருக்க முடியுமா? அதை காட்சிபூர்வமாக – விஷுவலாக – காட்ட வேண்டும். அப்படி காட்டும்போது, பலவிதமான கற்பனைகள் நமக்கு வரும்.

ஒரு குழந்தைப் படத்திலிருந்து ‘pan’ செய்து, அதைப் பார்த்து ஏங்கும் பெண்மணியைக் காட்டி, அவள் கணவர், “கவலைப்படாதே. நமக்கும் கடவுள் குடுப்பாரு” என்று தேற்ற, “ஏழெட்டு வருஷமா என்னை கடவுள் சோதிக்கிறாரே” என்று புலம்ப...

இப்படியும் குழந்தை இல்லாத பிரச்சனையை சொல்லலாமா?

ஒரு பெரிய பங்களாவிலிருந்து கணவன் – மனைவி, பட்டும், நகையும் அணிந்துகொண்டு, வெளியே லேட்டஸ்ட் காரில் புறப்பட்டுச் செல்ல, அதைப் பார்த்து நிற்கும் எதிர் வீட்டுக்காரி, பக்கத்தில் இருக்கும் ஒரு பெண்ணிடம் ஒரு நொடிப்பு நொடித்து ‘கார், பங்களான்னு இருந்து என்ன பிரயோஜனம்? கைல பிடிச்சு கூட்டிட்டுப் போக ஒரு குழந்தை இருக்கா? என்ன பாவம் பண்ணினாங்களோ! அவ வயத்துல ஒரு புழு, பூச்சிகூட தங்க விடாம பண்றான் கடவுள்...’

இப்படிச் சொன்னாலும் மேட்டர் வந்துவிடும்.

அல்லது, அந்தக் கணவனும், மனைவியும் பல மருத்துவமனைகளிலும், கோயில்களிலும் மாறி மாறி ஏறி இறங்கும் ‘மான்டேஜ்’களை காட்டினாலும், ஜனங்களுக்கு விஷயம் புரியும்.

முதன்முதலில் நான் கூறியிருக்கும் அதே விஷயம்தான் அடுத்த மூன்று முறையிலும் வெளிவரும். ஆனால், முதல் முறைக்கும் மற்ற மூன்று முறைகளுக்கும் நிறைய வித்தியாசம் இருக்கிறது அல்லவா?

ஒரு முக்கியமான, ஜீவனான பிரச்சனையை சிம்பிளாக வசனத்தில் சொல்லி, ரசிகர்களுக்கு ஒரு நியூஸ் மாதிரி தெரிவிப்பதைவிட, அந்த குழந்தையில்லாத பிரச்சனையை விஷுவல் காட்சிகளின் பலத்தில், ஓர் ஆழம் தந்து சொன்னால் சிறப்பாக இருக்கும் என்பது என் கருத்து.

அதாவது, முதலில் குழந்தைகளின் லூட்டியில் ரசிகர்களின் கவனம் பதிந்து, ஓரளவு எரிச்சல்கூட வருமளவு செய்து, 'என்ன இப்படி ஒரு அம்மா, அப்பா' என்று நினைக்க வைத்து, கடைசியில் டக்கென்று, 'குழந்தைகள் அனைவருமே வேறு வீட்டுக் குழந்தைகள்... இவர்களுக்கு குழந்தைகள் இல்லை' என்று காட்டும்போது, அடிமனதில் ஒரு சின்ன பாரத்தை ஏற்றும்.

அப்படியின்றி, கதாபாத்திரங்களின் வாயிலாகவோ அல்லது மூன்றாம் மனிதர்கள் மூலமாகவோ, என்ன உருக்கமான வசனமாக இருந்தாலும், அது வெறும் செய்தி மட்டுமே!

சிலர், 'கதை சொல்லும்போது நல்லாத்தான் இருந்தது. ஆனா, படம்தான் சொன்ன மாதிரி அமையவில்லை' என்று சொல்ல நேரிடுவதற்கும், சில நல்ல நாவல்களைப் படமாக்கும்போது, 'நாவல் மாதிரி படம் இல்லை' என்று சிலர் விமர்சிப்பதற்கும், காட்சியமைப்பில் கவனப்பிசகாக இருந்து விடுவதுதான் காரணம்.

ஒரு ஆங்கிலப்படம்.

அதில் ஒரு அழகான பெண் குளிப்பதைக் காட்டுவார்கள். அவள் திடுக்கென்று தன்னை எதிர்வீட்டிலிருந்து ஒருவன் பார்த்துக்கொண்டு இருப்பதை கவனித்து ஆத்திரமடைவாள். அடுத்த 'கட்'டில் அவள் ட்ரஸ் செய்ய ஆரம்பிப்பாள். அதை அவன் ஜன்னல்வழியே பார்ப்பதை கவனித்து இன்னும் ஆத்திரம் அதிகமாகும். கோபத்துடன் ஜன்னலை அடித்துச் சாத்துவாள்.

நமக்கு அந்த வாலிபனின் நடத்தையிலேயே மனம் ஓடும். காட்சியில் பெண் நடமாடிக்கொண்டிருந்தாலும், 'அந்த ஆசாமி ஏன் அப்படிச் செய்கிறான்? அவன் குறும்புக்காரனா? அயோக்கியனா? பொம்பளைப் பொறுக்கியா?' என்ற ஆவலை நம் மனதில் கிளறிக்கொண்டிருக்கின்றன அந்தக் காட்சிகள். இப்படியே அவன் அந்தப் பெண்ணைப் பார்த்து 'டாவடிக்கும்' இரண்டு, மூன்று காட்சிகள் ஆனதும், அவள் வெளியே புறப்படும்போது அவன் அவளை முறைக்கும் காட்சி வரும். அந்தப் பெண் இதுவரை தேக்கி வைத்திருந்த எரிச்சலை எல்லாம் சேர்த்து, 'பளார்' என்று ஒரு அறை விடுவாள். அவன் கீழே சாய்கிறான்.

அப்படிச் சாய்ந்தவன், கைகளால் அங்குமிங்கும் துளாவிக்கொண்டு, தன் கைத்தடியை எடுத்தவாறு, 'யார் அடிச்சது? ஏன் என்னை அடிச்சாங்க?' என்று அலை மோதுகிறான். அப்போதுதான் பொட்டில் அடித்தாற்போல், 'அவன் பார்வை இல்லாதவன்' என்பது அந்தப் பெண்ணுக்கு மட்டுமல்லாது, நமக்கும் புரிகிறது!

எனவே, எந்தக் கதையிலும் ரசிகர்கள் மனதில் பதிய வைக்க வேண்டிய அல்லது அறிமுகப்படுத்த வேண்டிய முக்கியமான விஷயத்தை, வெறும் வசனம் மூலம் செய்தியாகத் தராமல், அழுத்தமாகவும் ஆழமாகவும் காட்சிகளின் மூலம் சொல்லும்போதுதான் ரசிகர்களுக்கு சுலபத்தில் 'இன்வால்வ்மெண்ட்' ஏற்படும் என்று நான் நினைக்கிறேன்.

20

மாடர்ன் தியேட்டர்ஸ் 'கைதி கண்ணாயிரம்' படத்தில் ஒரு காட்சி.

சிறையிலிருந்து தப்பித்த ஒரு வில்லன், ஜெயிலரின் குழந்தையைக் கடத்திக்கொண்டு போய், சம்பந்தப்பட்ட குடும்பத்தை ஃபோனில் மிரட்டுவான். போலீஸார், வில்லனிடம் ஃபோனில் பேசிய பெண்ணிடம், "உங்களை வில்லன் ஃபோனில் மிரட்டும்போது, வேறு ஏதாவது சத்தம் கேட்டதா?" என்று மீண்டும் மீண்டும் கேட்க, யோசித்துப் பார்க்கும் அந்தப் பெண்மணி, "ஆமாம், வில்லன் பேசும்போது, இரும்பு சம்மட்டியால் 'டங்,டங்'கென்று அடிப்பதுபோல் ஒரு சத்தம் கேட்டுக்கொண்டே இருந்தது" என்பாள். உடனே யோசித்த போலீஸ் ஆபீஸர், சுற்று வட்டாரத்தில் போரிங் போடும் மிஷின் எங்காவது உள்ளதா என்று தேடிக் கண்டுபிடித்து, அதன் அருகே வில்லனின் இடத்தைக் கண்டுபிடிப்பார்.

அப்போது நூதனமாக இருந்த இந்த ஐடியாவை அதன் பின் பல்வேறு படங்களில், பல்வேறு ரூபங்களில் ரசிகர்கள் பார்த்துவிட்டார்கள்.

நான் "ஆக்ரி ராஸ்தா" எடுக்கும்போது, இந்த மாமூலான ஐடியாவை பயன்படுத்துவது என்று முடிவெடுத்து, வைத்தும் விட்டேன்.

'ஆக்ரி ராஸ்தா'வில் அப்பா அமிதாப் போலீஸால் தேடப்படும் கொலைக் குற்றவாளி. மகன் அமிதாப், அவரை வேட்டையாடும் போலீஸ் இன்ஸ்பெக்டர். அப்பா, போலீஸ் ஐ. ஜி. மகனை கடத்திக்கொண்டு போய் ஓரிடத்தில் வைத்துக்கொண்டு, போலீஸுக்கு ஃபோன் செய்து மிரட்டுவார். அப்படி ஃபோனில் அப்பா பேசும்போது, பின்னால் ஒரு டிரெயின் ஓடும் சத்தம்

கேட்கும். உடனே மகன் 'ஏதோ ரயில்வே டிராக் அருகேதான் கொலைகாரன் ஒளிந்திருக்கிறான்' என்று அப்பா அமிதாப்பை தேடிப் பிடிக்க போலீஸ் அதிகாரிகளை அனுப்புவான்.

உடனே ஆடியன்ஸ், 'இது ரொம்ப வழக்கமான ஸீனாச்சே! இந்த ரெயில் சத்தத்தை தடயமாக வைத்துக்கொண்டு, எப்படியும் ஹீரோ கண்டுபிடிக்கப் போகிறான். இவ்வளவு மாமூலான ஸீனை பாக்யராஜூமா வைத்திருக்கிறார்? என்ன இது, அரைத்த மாவையே அரைத்துக்கொண்டிருக்கிறாரே' என்று யோசித்துக்கொண்டு இருந்தனர்.

மறுபடி அப்பாவிடமிருந்து ஃபோன் வரும். மகன், "எப்படியும் உன்னைப் பிடிச்சிடுவேன்" என்று கத்த, சிரித்தபடியே அப்பா, "சாரி மகனே! நீ இவ்வளவு நேரம் எங்கெல்லாம் ரயில்வே டிராக் இருக்குன்னு தேடிக் களைச்சிருப்பியே! அப்படி ஒண்ணை உன்னால கண்டுபிடிக்கவே முடியாது. ஏன்னா, நீ கேட்ட ரயிலுக்கு இன்ஜின் டிரைவரே நான்தான். நான் நினைச்சா அது ஓடும். நினைச்சா நிக்கும். வேணும்னா கேக்கறியா?"ன்னுட்டு டேப் ரெக்கார்டரை 'ஆன்' செய்வார். அதிலிருந்து ரயில் ஓடும் சத்தம் கேட்கும். இங்கே மகன் செய்வதறியாமல் திகைத்து நிற்பான்.

தியேட்டரில் இந்த எதிர்பாராத திருப்பதிற்கு பலத்த, கைதட்டல் கிடைத்தது. இது மாமூலான பல படங்களில் உபயோகப் படுத்தப்பட்ட ஒரு 'ஐடியா'தான் என்பதால், இனி இப்படி இப்படித்தான் நடக்கும் என்று முன்கூட்டியே ரசிகர்களை ஊகிக்க வைத்து, அவர்கள் சலிப்படையும்போது, காட்சியின் இறுதியில் ஒரு புத்திசாலித்தனமான திருப்பத்தைக் கொடுத்ததால் கிடைத்த வெற்றி!

எனவே, பல படங்களில் வந்த சம்பவங்கள்தானே என்று எதையும் ஒதுக்காமல், அதை எப்படி புதுமையாக மாற்றி அமைக்கலாம் என்று யோசித்து மாற்றினால், நிச்சயம் இரட்டிப்பு வெற்றி கிடைக்கும்.

இதேபோல், 'மௌன கீதங்களில்' ஒரு காட்சி.

கதாநாயகி சுகுணாவிடம் தவறான எண்ணத்துடன் அணுகி, செருப்படி வாங்கிய வில்லன் அவளிடம் திருந்தியவன்போல் நடித்து. மன்னிப்புக் கேட்பான். பின்பு அவனே ஒருமுறை அவளுக்கு ஃபோன் செய்து, "உன் பையனை யாரோ கடத்தப் பார்த்தார்கள். நான் காப்பாற்றி, இந்த லாட்ஜில் வைத்திருக்கிறேன். உடனே வா" என்று ஒரு லட்ஜூக்கு தனியாக வரச் சொல்வான். அவளும் புறப்பட்டுச் செல்வாள்.

‘இப்போது அவன் அவளை கற்பழிக்க முயற்சி செய்வான். உடனே ஹீரோ வரப்போகிறான், சண்டை கிண்டை ஏதாவது நடக்கும்’ என்று ஆடியன்ஸுக்கு பல படங்களில் பார்த்த அனுபவம் ஞாபகத்துக்கு வரும்.

அதேபோல் சுகணா அந்த அறைக்குள் நுழைந்ததுமே, மறைந்திருந்த வில்லன் ‘டக்’கென்று கதவைத் தாள் போடுவான். உடனே சுகுணா செய்வதறியாது திகைத்து நிற்பாள். வில்லன் மாமூலாக, “என்னிடத்திலிருந்து நீ தப்பவே முடியாது” என்று வசனம் பேசுவான். உடனே சுகுணா, “என் உயிரே போனாலும் நீ என்னை நெருங்க முடியாது” என்று அறையின் ஓரத்துக்கு ஒதுங்குவாள்.

வில்லன் மறுபடியும் “மரியாதையாகப் பணிந்து விடு” என்று தொடர்ந்து பேச, சுகுணா தொடர்ந்து மறுக்க, கடைசியில் சுகுணா அறையிலிருந்த ஒரு கண்ணாடி பாட்டிலை எடுத்து, படாரென உடைத்து கையில் வைத்துக்கொண்டு, “தைரியமிருந்தா என்னை நெருங்குடா பார்க்கலாம்” என்பாள்.

வில்லன் நிதானமாக தன்னுடைய சட்டை பட்டன், பேண்ட் பெல்ட் இவற்றைக் கழற்றி, இன்சர்ட் செய்திருந்த சட்டையையும் அரைகுறையாக வெளியே எடுத்துவிட்டு, தலையை கசமுசா என்று கலைத்துக்கொண்டு சிரித்தபடியே சுகுணாவிடம், “எனக்குத் தேவை இந்த லாட்ஜ் ரூமுக்குள் நீயும், நானும் பத்து நிமிஷம் தனியா இருக்கறதுதான். வெளியே நம்ம ஆஃபீஸ் ஸ்டாஃப்ஸ் எல்லாத்தையும் நிக்க வச்சிட்டு வந்திருக்கேன். இங்க ஒண்ணும் நடக்கலைங்கறது எனக்கும், உனக்கும்தான் தெரியும். ஆனா, என்னோட அலங்கோலத்தைப் பார்த்தா, உள்ள எல்லாமே நடந்து போச்சுன்னு அவங்க புரிஞ்சுக்குவாங்க. வரட்டுமா... பை” என்று எதிர்பாராதவிதமாக ஒரு குண்டை போட்டுவிட்டுப் போக, படம் பார்ப்பவர்களுக்கு ஒரு அதிர்ச்சி!

“அட! புடிச்சி, கிடிச்சு ஏதாவது பண்ணுவான்னு நெனைச்சோம்... புடிக்காமலேயே டெக்னிக்கலா மாட்டி விட்டுட்டானே” என்று ஒரு சலசலப்பு.

இந்தக் காட்சியைப் பார்த்த திரு. ஜி.ராமகிருஷ்ணன் அவர்களும் மற்றும் சிலரும் ஆரம்பத்தில், “என்ன... இப்படி ஒரு யூஷுவலான காட்சியை இவரும் வச்சிருக்காரே! வில்லன் இப்படி பொய்யாகப் பேசி, கதாநாயகியை வரவழைப்பதே ‘ரேப்’ முயற்சிக்குத்தான் என்று தெரியுமே. எனவே, இப்போது மாமூலான ரேப்தான் ஆரம்பமாகும் என்று எதிர்பார்த்தோம். ஆனால், நீங்கள் அந்தக்

காட்சியை முடித்திருந்தவிதம் மிகவும் எதிர்பாராததாக, புதுமையாக இருந்தது” என்று பாராட்டினார்கள்.

ஆகவே, எந்த ஒரு காட்சியுமே ‘பழையது, பல படங்களில் வந்தது என்பதற்காக ஒதுக்கப்படக் கூடாது. மாறாக, அதையும் எப்படி ட்விஸ்ட் பண்ணி வித்தியாசமாக்கலாம் என்று யோசித்தால், நிச்சயம் நல்ல பலன் கிடைக்கும்.’

இதேபோல், நாம் அன்றாட வாழ்வில் அடிக்கடி பார்க்கும் எதார்த்தமான சில நிகழ்ச்சிகளை, ‘இவை சாதாரணமாக எப்போதும் பார்ப்பதுதானே’ என்று ஒதுக்கிவிடக் கூடாது.

உதாரணத்திற்கு, வீட்டில் சிறு குழந்தைகளை கவனிக்காமல் விளையாட விடும்போது, அவை தரையில் கிடக்கும் காசையோ, ரப்பர் துண்டு, கட்டை என்று எதையாவது வாயில் போட்டுக்கொண்டு, அது தொண்டையில் மாட்டிக்கொள்ள, அதை வெளியே எடுக்கத் திண்டாடுவோம். இது நம் வீடுகளிலோ, அக்கம் பக்கத்து வீடுகளிலோ அல்லது செய்திகளாக பத்திரிகை வாயிலாகவே தொடர்ந்து நடந்துகொண்டிருக்கும் ஒரு பரிச்சயமான நிகழ்ச்சி. எனவே, இது பெரும்பாலும் நம் கவனத்தை திருப்பாது.

ஆனால், பள்ளிக்குப் போகும் குழந்தையின் பூட்ஸில் தேள் இருக்க, அதன் தாய் அதை கவனிக்காமல் அந்த பூட்ஸை குழந்தைக்கு மாட்டிவிட, தேள் கொட்டியதில் குழந்தை அழ, தாய் குழந்தை ஸ்கூலுக்குப் போக விருப்பம் இல்லாமல்தான் அழுகிறாளோ என்று மேலும் அடித்து அனுப்ப, அந்தத் தேள் கொட்டிக் கொட்டி, குழந்தை செத்துவிட்டது என்று ஒரு பரிதாபமான செய்தியை நாம் அனைவரும் பத்திரிகையில் படித்திருப்போம்.

இது அசாதாரணமான, மனதைத் தொடும் நிகழ்ச்சிதான். இதை உடனே கதையிலே வைக்கலாமே என்று தோன்றும். ஆனால், இந்தச் சம்பவம் நம்முடைய மனதைத் தொட்டதுபோல் இன்னும் பலருடைய மனதையும் தொட்டிருக்கும். அவர்களும் இதை தங்களுடைய படங்களில் பயன்படுத்தலாம். இதில் நம்முடைய படம் முதலில் ரிலீஸானால்தான் போயிற்று. இல்லையென்றால், நமது காட்சி பழையதாகிவிடும். அரைத்த மாவையே அரைத்தோம் என்ற பட்டியலிலோ, இல்லை காப்பியடித்தோம் என்ற பட்டியலிலோ நாம் மாட்டிக்கொள்வோம்.

மாறாக, நான் முதலில் குறிப்பிட்ட, கவனிக்காமல் விட்ட, குழந்தை காசை எடுத்து வாயில்போட்டு, அது தொண்டையில் மாட்டிக்கொள்ளும் சாதாரண நிகழ்ச்சி எனக்கு ‘முந்தானை

முடிச்சில்' கிட்டத்தட்ட நானூறு அடிக்கு ஒரு பரபரப்பான சம்பவமாக அமைந்தது.

'முந்தானை முடிச்சில்' வாத்தியார், பொய் சத்தியம் பண்ணி பரிமளா தன்னை கல்யாணம் செய்துகொண்டாள் என்ற கோபத்தாலும், ஒரு மாற்றந்தாய் தன் குழந்தையை எப்படி கவனித்துக் கொள்வாளோ என்ற அச்சத்தாலும் தன்னுடைய கைக் குழந்தையை ஒரு ஆயாவிடம் விட்டு விட்டு வேலைக்குப் போவார். ஆனால் அங்கே ஆயாவின் கவனக் குறைவால் அந்தக் குழந்தை, கீழே கிடந்த ஒரு பத்துப் பைசாவை எடுத்து விழுங்கிவிட, அது தொண்டைக் குழியில் சிக்கிக்கொள்ளும். இப்போது பார்த்து பரிமளா, 'நம்ம குழந்தை நம்ம கிட்டயே இருக்கட்டுமே' என்று, ஆயாவிடம் வந்து அதட்டி, அந்தக் குழந்தையைத் தூக்கிக்கொண்டு போவாள். ஆயாவும், 'தான் மாட்டிக்கொள்ளக் கூடாதே' என்று எதுவும் சொல்லாமல் குழந்தையைத் தந்து விடுவாள்.

பரிமளாவும் இது தெரியாமல் குழந்தையைத் தூக்கிக்கொண்டு வந்துவிடுவாள். அவள் தோளில் சாய்ந்திருக்கும் குழந்தைக்கு வாயில் நுரை தள்ளும். அதிர்ச்சியுற்ற பரிமளா, குழந்தையை வைத்தியர் வீட்டுக்கு தூக்கிக்கொண்டு ஓடுவாள்.

வாத்தியாரும் பதறி ஓடிவர, அங்கே "இவள் பொய் சத்தியம் பண்ணி என்னை கட்டிக்கொண்டவள். என் குழந்தையையும் இவள்தான் ஏதோ பண்ணிவிட்டாள்" என்று வாத்தியார் புலம்ப... பரிமளா சாமிப் படத்தின் முன்னால் போய் கதறி அழுது, உண்மையை ஒப்புக் கொள்வாள். ஊரே திகைக்கும். பின்பு அந்த ஆயாவே, குழந்தை என்பதால் மனது கேட்காமல், "குழந்தை ஏதாவது காசு, கீசு முழுங்கியிருக்கும். தொண்டைக் குழியைப் பாருங்க" என்று கூற, வைத்தியர் அதேபோல் தொண்டையில் இருக்கும் காசை எடுப்பார்.

வாத்தியார், பரிமளாவை "இனி என் வீட்டுக்கு வராதே" என்று தள்ளிவைத்துவிட்டுப் போய்விடுவார்.

இந்தக் காசு விழுங்கும் சாதாரண சம்பவத்தில், 'என்ன நடக்குமோ?' என்ற டென்ஷன் ஒருபக்கம். பரிமளா பொய் சத்தியம் செய்தது வெளிப்பட்ட லாஜிக் ஒருபக்கம். 'என்னதான் இருந்தாலும், ஒரு பெண்ணின் தாய்மை உணர்வு எப்படியாவது வெளிப்படும்' என்பது, அந்த ஆயா, குழந்தை காசு விழுங்கியதைச் சொல்வதன் மூலம் ஒரு பக்கம் என்று என் கதை முத்தாய்ப்பான பல விஷயங்கள் பின்னிப்பின்னி வெளிப்பட்டன.

கே.பாக்யராஜ்

பின்பு இதன் சங்கிலித் தொடராக பரிமளா கணவனுக்காகவும், குழந்தைக்காகவும் மண் சோறு சாப்பிடுவது, அந்த ஆயா பொய் சொன்னது வெளிப்படுவது, பரிமளா நல்லவள் என்று வாத்தியாருக்குத் தெரிவது... இப்படிக் கோர்வையாக திரைக்கதை நகரும்.

இடம், கதாபாத்திரங்களின் மனோநிலை, சூழ்நிலை இவைகளுக்கு ஏற்ப வைத்ததால், ஒரு சாதாரண காசு விழுங்கும் நிகழ்ச்சிகூட என் படத்தில் வெற்றிக்குப் பேருதவியாக அமைந்தது!

இதேபோல், நமது கிராமங்களில் இரவு நேரத்தில் தோட்டத்தில் ஆடு மாடு எதுவும் நுழையாமல் இருக்க வேலிக் கம்பி போட்டு, அதற்கு மின்சார இணைப்பு கொடுத்திருப்பார்கள். இதில் எப்பொழுதாவது ஆடு, மாடு மாட்டிக்கொண்டு, கரெண்ட் பாய்ந்து சாவதும் உண்டு.

‘**தூ**றல் நின்னு போச்சு’ படத்தில் ஹீரோவும், ஹீரோயினும் வீட்டை விட்டு ஓடிவந்து திருமணம் செய்துகொள்ள தீர்மானிப்பார்கள். ஹீரோயின் புறப்பட்டுவிடுவாள். தனது வீட்டிற்குள் பூட்டி வைக்கப்பட்டிருக்கும் ஹீரோ, ஓட்டை பிரித்துக்கொண்டு வெளியேறி, தோட்டத்தில் வேலி அருகே வருவான். கரெண்ட் கனெக்‌ஷன் கொடுத்து ஒயரைக் காட்டியதும்... தியேட்டரே ‘அச்சச்சோ’ என்று அதிர்ச்சியுடன் முணுமுணுக்கும். ஹீரோ வேலிக் கம்பியைப் பிடிக்க, மின்சாரம் பாய்ந்து மயங்கி விழுவான்.

ஒரு சாதாரண அன்றாட நிகழ்ச்சி, தகுந்த இடத்தில், தகுந்த கதாபாத்திரத்திற்கு பொருத்தப்பட்டால், கதையின் நடு மையத் திருப்பமாக அமைந்து, அனைவரையும் கவர்ந்தது. எனவே, எந்த ஒரு காட்சியையும் ‘இது பழையதாக இருக்கிறதே! மாமூலாக பல படங்களில் பயன்படுத்தப்பட்டதாயிற்றே’ என்று புறக்கணிக்காமல், அதையும் புதுமையாக, எதிர்பாராதபடி மாற்றி அமைப்பதும் ஒரு நல்ல யுக்தி.

அதேபோல், சாதாரண நிகழ்ச்சியாயிற்றே என்று எதையும் ஒதுக்காமல் கதைப்போக்கில் அழுத்தமான திருப்பங்களுக்கு அந்த சாதாரண, மக்களுக்கு அன்றாடம் பழக்கப்பட்ட காட்சிகளை பயன்படுத்திக் கொள்வதும் திரைக்கதையில் ஒரு நெருக்கத்தையும், அழுத்தத்தையும் தரும் என்று நான் அனுபவப்பட்டேன்.

●

21

ஒரு திரைப்படத்திற்கு, ஜீவனுள்ள கதைக் கரு முக்கியம். அடுத்ததாக, அந்த ஜீவன் கெடாமல் அமைக்கப்படும் திரைக்கதை மிக முக்கியம் என்று சில அத்தியாயங்களுக்கு முன்பு குறிப்பிட்டிருந்தோம்.

அப்படி திரைக்கதை அமைக்கும்போது, அது சுவாரஸ்யமாகவும், அலுப்புத் தட்டாமலும் போக வேண்டும் என்றால், அந்த திரைக்கதையை எபிசோட்களாக (Episode) அதாவது, பகுதி பகுதிகளாக பிரித்துக் கொள்ள வேண்டியது அத்தியாவசியம் என நான் நினைக்கிறேன். இதற்குக் காரணம் என்னவென்றால், சில படங்களுக்கு தியேட்டரில் கீழ்க்கண்ட சலசலப்புகள் வருவதுண்டு.

"என்ன... ஒரு மாதிரியா இழுக்கறான்? 'dragging' ஆ இருக்கே?"

"கதை ஒரே இடத்துலயே சுத்திக்கிட்டே இருக்கே!"

"கதையில ஒரு "டெம்போ"வே இல்லியே?"

"என்னப்பா இது? லவ் பண்றாங்க, லவ் பண்றாங்க... லவ் பண்ணிட்டே இருக்காங்களே!"

- இந்த சலசலப்புகளுக்கு, படத்தில் ஏதோ ஒரு தொய்வு இருப்பதோ, திருப்பமே (twist) இல்லாமல் காட்சிகள் நகர்வதோ, சொன்ன விஷயத்தையே திருப்பித் திருப்பி சொல்லிக் கொண்டிருப்பதோதான் காரணம்.

ராமாயணம், மகாபாரதம் போன்ற இதிகாசங்கள், இன்னும் மனம் லயித்து ரசிக்கப்படுவதற்குக் காரணம், அவை – காண்டங்களாக, பருவங்களாக, ஒவ்வொரு பகுதியாக பிரிக்கப்பட்டு, ஒன்றில் இருந்து இன்னொன்று என சங்கிலித் தொடராக சொல்லப்பட்டிருப்பதுதான்.

ராமாயணத்தை எடுத்துக்கொண்டால், பிள்ளை இல்லாமல் ஏங்கும் தசரதனுக்கு, ராமர் உட்பட நான்கு பிள்ளைகள் பிறப்பது, அந்தப் பிள்ளைகள் சீரும் சிறப்புமாக வளர்வது, ராமர் – விசுவாமித்திரரோடு காட்டுக்கு யாகம் காக்கப் போய் வரும்போது மிதிலையில் சீதையை மணம் புரிவது, பின்பு கைகேயியின் வஞ்சத்தால் – ராமர், சீதை, லட்சுமணர் ஆகியோர் காட்டுக்குப் போவது, அங்கு ராவணன் சீதையைத் தூக்கிப்போவது, சீதை ராவணானால் இலங்கையில் சிறை வைக்கப்பட்டு துன்புறுவது, ராமர் – வானரங்களின் துணையோடு படையெடுப்பது, இறுதியாக ராம–ராவண யுத்தம் நடப்பது என்று 'ராம காவியம்' காண்டம் காண்டமாக, பகுதி பகுதியாக பிரிக்கப்பட்டு, சுவாரஸ்யமாக நகரும்.

அதேபோல் மகாபாரதமும் பாண்டு, திருதிராஷ்டிரன் மற்றும் பிற மூத்த கதாபாத்திரங்களின் வம்சாவழி வரலாறு; பின்பு பாண்டவர்கள், கௌரவர்கள் பிறப்பது, வளர்வது; இவர்களுக்குள் சிறு சிறு பகை, பொறாமை; சகுனியின் சூழ்ச்சியால் பாண்டவர்கள் வனவாசம் போவது; அங்கே காட்டில் அவர்களது வாழ்க்கை; பின்பு அவர்கள் திரும்பி வந்து, கௌரவர்களோடு செய்யும் குருட்சேத்திர யுத்தம் என்று படிப்படியாக பிரித்துக்கொண்டு பாரதம் நகரும்.

சினிமாவில் 'எபிசோட்ஸ்' (Episodes) என்பதை மேற்கூறிய காண்டங்கள்போல் பாவித்துக்கொள்ள வேண்டும்.

உதாரணத்துக்கு, ஒரு காதல் கதையை எடுத்துக் கொள்வோம்.

ஒரு ஆணும், பெண்ணும் காதலிக்கிறார்கள். இடையிலே ஏதோ ஒரு விரிசல் வந்து, அவர்கள் காதலுக்குத் தடையாக நிற்பது இடைவேளை!

இதுதான் நமது கதை என்றால், இதற்கு திரைக்கதை அமைக்கும்போது, எடுத்த எடுப்பிலேயே 'அண்ணலும் நோக்கினான், அவளும் நோக்கினாள்' என்று ஆரம்பத்தில் 'அவர்கள் பார்த்தவுடனேயே காதல் வயப்பட்டு விட்டார்கள்' என்று சொன்னால், அதன்பின் இருவரும் 'காதலிக்கிறார்கள், காதலிக்கிறார்கள்... காதலித்துக்கொண்டே இருக்கிறார்கள்' என்றுதான் இடைவேளைவரை காட்சிகள் நகரும். என்னதான் சுவாரஸ்யமாக 'லவ் ஸீன்'கள் வைத்தாலும், 'அதான் காதலிச்சாச்சே! அப்புறம் என்னய்யா ஒரு விவகாரத்தையும் காணோம்?' என்று ஆடியன்ஸ் பொறுமை இழந்துவிடுவார்கள்.

காட்சிகள் சுவாரஸ்யமாக இருக்கும். ஆனால், கதை ஓட்டம் சுவாரஸ்யமாக இருக்காது.

இதே கதையை எபிசோட்களாக பிரிப்பது என்றால், முதலில் அந்த கதாநாயகனுக்கும், கதாநாயகிக்கும் தனித்தனியே, சுவாரஸ்யமான அறிமுகங்களைக் கொடுப்பது. அதன்பின் ஒருவரை ஒருவர் முதன்முதலில் சந்தித்துக் கொள்ளும்போது, சூழ்நிலை காரணமாகவோ அல்ல மூன்றாம் மனிதராலேயோ அவர்களிடையே ஒரு மோதல் பிறக்கிறது என்று வைத்து, அந்த மோதல் மேலும் மேலும் தொடர்வது. அதன்பின் ஒரு கட்டத்தில் பரஸ்பரம் எதிராளி தப்பில்லை என்று இருவரும் அறிந்து, ஒருவரை ஒருவர் காதலிக்கத் துவங்குவது. அந்தக் காதல், மனம் லயிக்கும்படி ஆழமாக உருவாவது. இப்போது அவர்கள் இணைய நினைக்கும்போது, ஒரு பெரிய பிரச்சனை எதிர்ப்பட்டு, அவர்கள் காதலுக்கு முட்டுக்கட்டை போடுவது – இடைவேளை!

இப்படி பகுதி பகுதியாக பிரித்துக்கொண்டு திரைக்கதை அமைத்தால், நாம் எடுத்துக்கொண்ட கதை நல்ல "மூவ்மென்ட்"டுகளோடு (Movement) படிப்படியாக வளர்வதுபோல் இருக்கும்.

நான் என் ஒவ்வொரு திரைக்கதையையும், ஆறு அல்லது எட்டு பகுதிகளாக பிரித்துக்கொண்டு, முதல் பாதியில் மூன்று அல்லது நான்கு பகுதிகள்; பின் பாதியில் ஒரு மூன்று பகுதிகள் என்று பகுதி பகுதியாகப் பிரித்துதான் அமைப்பேன்.

உதாரணத்திற்கு உங்களுக்கெல்லாம் மிகவும் பரிச்சயமான 'முந்தானை முடிச்சு' படக்கதையை எடுத்துக் கொள்வோம்.

மனைவியை இழந்து, கைக் குழந்தையுடன் இருக்கும் ஒருவன் மேல் ஒரு இளம்பெண் காதல்கொண்டு, அவன் விரும்பாவிட்டாலும், வலுக்கட்டாயமாக அவனை மணந்து கொள்கிறாள். 'சித்தி' என்றாலே கொடுமைக்காரி என்ற நினைப்பிலிருக்கும் கதாநாயகன், கதாநாயகியை வெறுக்க, தான் அப்படிப்பட்டள் இல்லை என்று அவள் அவனுக்குப் புரிய வைத்து, இறுதியில் இருவரும் ஒன்று சேர்கிறார்கள்.

இதை வைத்துக்கொண்டு, எடுத்ததுமே நான் திரைக்கதை அமைக்கத் துவங்கவில்லை. முதலில் எத்தனை பகுதிகளாக பிரித்துக் கொள்வது என்று ஒழுங்குபடுத்திக்கொண்டேன். அந்தப் பகுதிகள் பின்வருமாறு:

1. கதாநாயகி கதாபாத்திரம் எப்படிப்பட்டது? அடுத்து, கதாநாயகன் கதாபாத்திரம் எப்படிப்பட்டது என்பதை விளக்கும் வகையில் அவர்களது அறிமுகங்கள்.
2. கதாநாயகிக்கு கதாநாயகன் மேல் எதனால் காதல் பிறக்கிறது? அதை அவள் எப்படி வெளிப்படுத்துகிறாள்?
3. கதாநாயகன் அவள் காதலுக்கு மறுப்புத் தெரிவித்தும், கதாநாயகி
   தொடர்ந்து போராடி, எப்படி அவனைத் திருமணம் செய்து கொள்கிறாள்?

– இடைவேளை –

4. கதாநாயகி வலுக்கட்டாயமாக தன்னைத் திருமணம் செய்துகொண்டதால், கதாநாயகன் என்ன எதிர் நடவடிக்கை எடுக்கிறான்? அதில் கதாநாயகி எப்படி பாதிக்கப்படுகிறாள்?
5. கதாநாயகி எவ்வளவு நல்லவள் என்பதை கதாநாயகன் பல்வேறு விதங்களில் உணர்வது.
6. அப்படி உணரும் வேளையில் ஏற்படும் 'எதிர்பாராத பாதிப்பு' எனப்படும் கிளைமாக்ஸ்!

– இப்படி இடைவேளைக்கு முன்னும், பின்னும் மூன்று அல்லது நான்கு எபிசோட்களாக பிரித்துக்கொண்டபின்தான் நான் எந்த கதைக் கருவுக்கும் திரைக்கதை அமைக்கத் தொடங்குவேன். இப்படி பிரிப்பதால்தான், திரைக்கதையில் அடுத்தடுத்து ஏதோ ஒரு வளர்ச்சியும் திருப்பமும் தொடர்வதுபோல் தோன்றுகிறது.

இதில்லாமல், எடுத்த எடுப்பிலேயே வாத்தியார், மனைவியை இழந்தவர் என்பதைக் காட்டி, பரிமளா அனுதாபத்துடன் அவரை காதலிக்கத் தொடங்கியிருந்தால், இடைவேளை வரை இவள், வாத்தியாரிடம் தன் காதலை வெளிப்படுத்துவதும், அவர் மறுப்பதுமான காட்சிகளாக தொடர்ந்து திரைக்கதை ஒரே இலக்கில் சுற்றிக்கொண்டிருக்கும்.

எனவே, திரைக்கதையை பகுதி பகுதியாக பிரித்துக் கொள்வதால் படத்தில் ஒரு தொய்வும், அலுப்பும் தட்டுவது தவிர்க்கப்படுவதோடு, படத்தில் ஒரு விறுவிறுப்பும், படம் பார்ப்பவர்களுக்கு ஒரு ஈடுபாடும் ஏற்படும். இதை இன்றுவரை என் திரைக்கதை பாணியாக நான் தொடர்ந்து பின்பற்றுகிறேன்.

22

'டார்லிங் டார்லிங் டார்லிங்' படத்தின் கிளைமாக்ஸ், அனைத்துத் தரப்பு ரசிகர்களின் பாராட்டுதல்களையும் பெற்ற கிளைமாக்ஸ். ஆனால், அந்த கிளைமாக்ஸில் பாதிவரை, ஷூட் பண்ணிக்கொண்டிருக்கும்போதுகூட, அதை இப்படித்தான் முடிக்க வேண்டும் என்று நான் நினைத்து, எடுத்துக்கொண்டிருந்த கிளைமாக்ஸ் வேறு.

கதாநாயகன் தற்கொலைக்கு முடிவெடுத்து, ஒரு பெரிய மலை உச்சிக்கு சிரமப்பட்டு ஏறுவான். கதாநாயகி, "நில்லுங்க... நில்லுங்க" என்று துரத்திக்கொண்டே வருவாள். அவனோ, இதை சிறிதும் காதில் வாங்காமல், மலை உச்சிக்குப் போய், கீழே 'கிடு கிடு' பள்ளத்தாக்கில் குதித்துவிடுவான். கதாநாயகி அழுதுகொண்டு வந்து பார்த்தால், பள்ளத்தாக்கின் பாதியில் ஒரு மரக்கிளையில் ஹீரோ சர்ட் மாட்டிக்கொண்டு, அந்தரத்தில் தொங்கிக்கொண்டிருப்பான்! அவள் புன்னகை புரிவாள்.

இதற்காக ஒரு மலை உச்சி, அதை ஒட்டியுள்ள பள்ளத்தாக்கு, அதில் வெளியே நீளமாக துருத்திக்கொண்டிருக்கும் மரக்கிளை – இப்படி எல்லாம் சேர்ந்த லொகேஷன் கிடைக்கிறதா என்று கொடைக்கானல் முழுவதும் தேடோ தேடென்று தேடிக்கொண்டிருக்கிறோம். எங்கும் கிடைக்கவில்லை. எல்லா படப்பிடிப்பும் முடிந்துவிட்டது. கிளைமாக்ஸ்தான் பாக்கி. எதிர்பார்த்த லொகேஷன் கிடைக்காததால், ஷூட்டிங் தள்ளிப் போகிறது.

'சரி, பழனி போகிற வழியில் எங்காவது பார்த்துக் கொள்ளலாம்' என்று மலைமீது ஏறும் ஷாட்கள்வரை எடுத்துக் கொள்வோம். மலை உச்சி, பள்ளத்தாக்கு, மரக்கிளை போன்றவற்றை வேறு இடத்தில் 'மேட்ச்' பண்ணிக் கொள்ளலாம் என்று உயரமான ஒரு மலையாகப் பார்த்து, அதில் ஏறும் பகுதிகளை மட்டும்

படம் பிடிக்க ஆரம்பித்தோம். பாதி தூரம்வரை ஏறிய எனக்கு, திடீரென்று ஒரு யோசனை வந்தது.

"இவ்வளவு தூரம் சிரமப்பட்டு ஏர்றோமே... உச்சிக்குப் போனதும், மலைக்கு அந்தப் பக்கம் நாம எதிர்பாக்கறமாதிரி பெரிய 'டீப்பா' பள்ளத்தாக்கு இல்லாம, ஒரு சமவெளி இருந்தா எப்படி இருக்கும்?" இதை பக்கத்தில் இருந்த கேமரா அஸிஸ்டெண்ட் விஜயலட்சுமியிடம் சொன்னேன். அவர் உடனே சிரித்துவிட்டார். "என்ன சார் விளையாடறீங்க? இவ்வளவு பெரிய மலைக்கு அந்தப் பக்கம் நிச்சயம் பள்ளத்தாக்குதான் சார் இருக்கும். சமவெளி இருக்கவே இருக்காது. உங்களுக்குத்தான் இப்படி குறுக்கு புத்தி போகும்" என்றார்.

நான் உடனே, "ஓ.கே. கிளைமாக்ஸ் வேற மாதிரி முடிவாயிடுச்சு. இந்த பள்ளத்தாக்கு, மரக்கிளை எல்லாம் தேட வேண்டாம். மலை உச்சியில ஏர்றவரைக்கும் இங்க எடுத்துக்குவோம். அதுக்கப்பறம் ஏதாவது ஒரு ரோடுல நான் என்ட்ரி குடுக்கற மாதிரி எடுத்துக்குவோம்" என்றேன்.

"அதெப்படி சார் சரியா வரும்?"

"இப்ப நான் சொன்னவுடனே சிரிச்சீங்கல்ல! நிச்சயமா ஆடியன்ஸுக்கும் இதே ரியாக்ஷன்தான் வரும். மரக்கிளைல தொங்கற கிளைமாக்ஸை விட இதை ஓகோன்னு ரசிப்பாங்க பாருங்க" என்று, அந்த இடத்தில் மலை உச்சிவரைக்கும் நான் ஏறுவதைக் காட்டிவிட்டு, என் மேலிருந்து 'ஜூம் பேக்' செய்தால், ஒரு நெடுஞ்சாலையில் மறு பக்கத்தில் நின்றுகொண்டிருப்பேன். சாலையில் குறுக்கும், நெடுக்குமாக வாகனங்கள் போய்க்கொண்டிருக்கும். நான் 'திரு திரு'வென்று விழித்துக்கொண்டிருப்பேன்!

தியேட்டரில் இந்தக் காட்சி வந்ததும் பலத்த கைதட்டல், பாராட்டு!

ஒளிப்பதிவாளர்–டைரக்டர் திரு. பாலுமகேந்திரா அவர்கள்கூட இந்த கிளைமாக்ஸை மிகவும் பாராட்டினார். "என்ன இது, கிளைமாக்ஸை இவ்வளவு பயங்கரமாக 'பில்ட் அப்' பண்ணிக்கொண்டு போய்விட்டு, இப்படி காமெடியாக முடித்து விட்டாரே என்று தோன்றுவதற்குப் பதிலாக, 'அடடே' என்று வியப்புதான் வருகிறது. டைரக்டரோட gutsஐ பாராட்டுகிறேன்" என்றாராம்.

இந்த கிளைமாக்ஸின் எதிர்பாராத திருப்பம் இருக்கிறதே, இது டிஸ்கஷனில் பேசப்பட்டதோ அல்லது படப்பிடிப்பு

நடக்கும் நாட்களில் பேசப்பட்டதோ அல்ல. கிளைமாக்ஸ் ஷுட் பண்ணிக்கொண்டிருக்கும்போது 'ஆன் தி ஸ்பாட்டில்' தோன்றிய ஒரு முடிவு.

அதே 'டார்லிங் டார்லிங்'கில் இன்னொரு காட்சி.

சிறுவயது கதாநாயகனும், சிறு வயது கதாநாயகியும் இருவரும் இரண்டு பக்கத்திலிருந்து ஓடி வந்துகொண்டிருப்பார்கள். அப்படியே 'மிக்ஸ்' செய்தால், சிறுவன் பெரியவனாகி நான் ஓடிவருவேன். அங்கு எதிர்புறத்தில் இதேபோல் கதாநாயகியை காட்டப் போகிறார்கள் என்று எல்லோரும் எதிர்பார்க்கும்போது, அந்தப் பக்கத்திலிருந்து அதே ஐந்து வயது சிறுமி அஞ்சுவே புடவை கட்டி, கூலிங் கிளாஸ் போட்டுக்கொண்டு, 'தத்தக்கா புத்தக்கா' என்று ஓடி வருவாள். ஏனென்றால், கதாநாயகனைப் பொறுத்தவரை, ஐந்து வயதில் வெளியூர் போன சிறுமியின் தோற்றம்தான் அவன் ஞாபகத்தில் இருக்கிறது. இதுவும் தியேட்டரில் நல்ல வரவேற்பைப் பெற்ற காட்சி.

இந்தக் காட்சி அமைப்பும், கதை – திரைக்கதை டிஸ்கஷனின்போது உருவானதல்ல. கொடைக்கானலில் படப்பிடிப்பு நடந்து கொண்டிருக்கும்போது ஒரு சுற்றுலா கோஷ்டியைப் பார்த்தேன். அதில் ஒரு சிறுமிக்கு பெரியவர்களைப்போல் புடவை கட்டி, கூலிங் கிளாஸெல்லாம் போட்டு, அலங்காரம் பண்ணியிருந்தார்கள். பார்ப்பதற்கு மிகவும் வித்தியாசமாக, அழகாக இருந்தது. என் மனதில் பதிந்த இந்தக் காட்சியை திடீரென்று 'இந்தப் படத்தில் உபயோகப்படுத்திக்கொண்டால் என்ன?' என்று தோன்ற, கதாநாயகன் – கதாநாயகியை அறிமுகக் காட்சியில் இதை பயன் படுத்திக்கொண்டேன். இதுவும் ஒரு Spot Decisionதான்!

அதேபோல் 'அந்த ஏழு நாட்களில்' கதாநாயகன் ஒரு மொட்டை மாடியில் குடியிருக்கிறான். கதாநாயகி கீழே வீட்டுக்காரன் மகள். எனவே, 'கீழ் வீடு, அங்கிருந்து பார்த்தால் மொட்டைமாடி போர்ஷன் தெரிவதுபோல்' சென்னையில் எங்காவது வீடு கிடைக்கிறதா என்று தேடினோம். எங்கும் கிடைக்கவில்லை. சரி, ஏதாவது மொட்டை மாடி கிடைத்தாலாவது பரவாயில்லை. குடிசை மாதிரி போட்டு, ஒரு போர்ஷனை ஏற்படுத்திக் கொள்ளலாம் என்று தேடியபோது, ஒரு வீட்டின் முற்றத்திலிருந்து பார்த்தால், மேலே 'open space' இருப்பது தெரிந்தது. ஆனால், அங்கே போக மாடிப்படிகள் இல்லை. எப்படிப் போவீர்கள் என்று கேட்டதற்கு, "ஏணி வைத்து கூரைவரை ஏறி, அதன்மேல் உள்ள கட்டையில் நடந்து போவோம்" என்றார்கள். எனக்கு இது மிகவும் காமெடியாக இருந்தது! சரி, நமது கதாநாயகனும் இதே

வீட்டை வாடகைக்குப் பிடிக்கிறான். அவன் மாடிக்கு எப்படிப் போவது என்று முழிக்கும்போது, ஏணியைக் கொண்டுவந்து வைக்கிறார்கள். அவன் விதியை நொந்துகொண்டே ஏணியில் தட்டுத் தடுமாறி ஏறுகிறான்" என்று காட்சி அமைத்தேன். இது அந்த வீட்டைப் பார்த்தவுடன் காட்சிக்குக் கிடைத்த பரிணாமம்.

இதேபோல், 'அந்த ஏழு நாட்களில்' இசையமைப்பாளராக வரத்துடிக்கும் ஹீரோ 'பாலக்காட்டு மாதவன்' என்னும் மலையாள 'Characterisation' கதை, திரைக்கதை அமைக்கும்போது உருவானதல்ல. பாடல் பதிவின்போது, மெல்லிசை மன்னர் எம். எஸ். வி. மலையாளத்தில் தபேலா வாசிப்பாளரை செல்லமாகத் திட்டுவதையும், தபேலா திருப்பி தமிழில் பதலிளிப்பதையும் பார்த்தபோது உருவானது!

இதேபோல், 'முந்தானை முடிச்சில்' ஒரு காட்சி.

சத்துணவுக் கூடத்தில் வேலை செய்யும் டிரைவரின் திருட்டுத்தனத்தை ஹீரோ கண்டுபிடித்து குற்றத்தை அம்பலமாக்க, அந்த டிரைவர் ஹீரோவை மடக்கி, அரிவாளால் வெட்ட வருவான். அப்போது ஹீரோவால் விலக்கி வைக்கப்பட்ட மனைவி பரிமளா, அங்கு ஓடோடி வந்து, அரிவாளை இரண்டு கைகளாலும் பிடிக்க, கை வெட்டப்பட்டு, ரத்தம் கொப்பளிக்க மயங்கி விழுவாள். நான் டிரைவரை அடித்து சாய்த்துவிட்டு, பரிமளாவை வீட்டுக்குத் தூக்கி வருவேன்.

மறுநாள் ஹீரோ பல் விளக்கிக்கொண்டிருக்கும்போது பரிமளா வந்து ஏதோ பேசுவதாகக் காட்சி. அப்போது எனக்கு ஒரு யோசனை வந்தது. ஹீரோவுக்கு கை நன்றாகத்தானே இருக்கிறது! தானே தன் கைக் காரியங்களை பண்ணிக் கொள்கிறான். ஆனால், கை வெட்டுப்பட்ட பரிமளா காயத்தோடு பல் விளக்க, குளிக்க, புடவை கட்ட, சாப்பிட – எத்தனை சிரமப் படுவாள்? ஹீரோ, பரிமளாவுக்கு பல் விளக்க, புடவை கட்ட, சோறூட்ட உதவுவதாக காட்சி அமைத்தால் எப்படி இருக்கும் என்று எண்ணி, உடனேயே அதே இடத்தில் காட்சியை மாற்றி அமைத்தேன். இந்தத் திடீர் காட்சியும் படத்தில் மிக நன்றாக ரசிக்கப்பட்டது.

'திரைக்கதை முழுமையாக அமைத்து விட்டோம். இனி அதில் கை வைக்கக் கூடாது' என்று, எழுதியதை இம்மியும் மாற்றாமல் எடுத்தால் போதும் என்று கை கட்டிக்கொண்டு சும்மா இருந்து விடாததால், இப்படிப்பட்ட 'ஸ்பாட் டிஸிஷன்'களை படத்தில் வைக்க முடிந்தது.

என்னைப் பொறுத்தவரை, எந்தக் கதையையுமே, எந்தக் காட்சியையுமே 'இவ்வளவுதான்' என்று ஒரே முறையில்

தீர்மானித்து, முடிவு கட்டி மேற்கொண்டு சிந்திக்காமல் இருக்கக் கூடாது. கடைசிவரை அதை மனதில் பல கோணங்களில் அசை போட்டுக்கொண்டே இருந்தால், புதிது புதிதாக பார்க்கும், கேட்கும் சுவாரஸ்யமான சம்பவங்களை நம் கதையில் பொருத்தி, இன்னும் சிறப்பாக அமைக்க முடியும்.

எப்பொழுதும், 'இவ்வளவுதான் காட்சியின் அல்லது கதையின் விஸ்தீரணம்' என்று தீர்மானித்து, முற்றுப்புள்ளி வைத்துவிடக் கூடாது. சில நேரங்களில் ஒரு படம் வெளியான பிறகுகூட, 'அடடா! இந்தக் காட்சியை இப்படி எடுத்திருக்கலாமே... கதையை இப்படிக் கொண்டு போயிருக்கலாமே' என்று நல்ல கிரியேட்டருக்கு பல Bettermentகள் தோன்றும்.

'தூறல் நின்னு போச்சு' படம் வெளியானபிறகு, 'அடடா! இதில் ஒரு அம்சத்தை சேர்க்காமல் போனோமே' என்று ஒரு கருத்து அடிக்கடி என் மனதில் தோன்றும்.

அதாவது, இடைவேளைக்குப் பின் எங்காவது ஒரு காட்சியில் கதாநாயகனை யாராவது, "இப்படி ஊர்விட்டு ஊர் வந்து, போக்கிரித்தனமா ஒரு பொண்ணை விரட்டிட்டு அலையறியே... உனக்கு வேற நல்ல பொண்ணே கிடைக்காதா?" என்று கேட்க, அதற்கு அவன்,

"எனக்கு வேற ஒரு பொண்ணு கிடைப்பா. ஆனா, ஒரு தடவை வீட்டை விட்டு ஓடிப்போன இந்தப் பொண்ணை முழு மனசோடு எத்தனை நல்லவங்க ஏத்துக்க முன்வருவாங்க? அவளுடைய வாழ்க்கையே இப்ப கேள்விக்குறியா இல்ல ஆயிப்போச்சு? என்னால ஒரு கெட்ட பேர் வாங்கிட்ட அவளுக்கு ஒரு வாழ்க்கைய உருவாக்கித் தரணும்ங்கறது என்னோட கடமை. அதைத்தான் நான் பண்றேன்"னு சொல்ல, இதை கதாநாயகியின் அப்பா செந்தாமரை கேட்டு மனம் கசிவதுபோல் வைத்திருந்தால், இன்னும் ஹீரோ கதாபாத்திரத்தின் காரியங்களுக்கு ஒரு நியாயம் கிடைத்திருக்குமே என்று இன்றுவரை எண்ணிக்கொண்டிருப்பேன்.

ஆகவே, எந்தக் கதையும் முற்றுப்புள்ளி வைத்தாகிவிட்டது என்று மூட்டை கட்டிவிடாமல், எப்போதும் 'இதில் இன்னும் என்ன பண்ணலாம்? எப்படி மெருகேற்றலாம்? நம்மிடம் இருக்கும் லொகேஷனுக்கு ஏற்ப காட்சியை எப்படி சிறப்புற மாற்றலாம்?' என்று யோசிப்பது நல்ல பலன் அளிக்கும் என்பது என்னுடைய அனுபவம்.

23

ஒரு தனியைமான பூங்கா.

ரமேஷ் – ஆர்த்தி. அழகான இளங் காதலர்கள். அந்த தனிமையிலும், சுற்றுப்புற அழகிலும் அவர்கள் இருவரும் ஒருவரில் ஒருவர் லயித்து, மடிமீது தலைசாய்த்தோ, தோளோடு தோள் சேர்த்தோ கனவு கண்டுகொண்டிருக்க வேண்டும். ஆனால், அதற்கு நேர்மாறாக ரமேஷ், கன்னத்தில் கை வைத்து, தலை குனிந்து உட்கார்ந்திருக்கிறான். பக்கத்தில் ஆர்த்தி, பொறுமை இழந்தவள்போல் அவன் முகத்தைப் பார்த்துக்கொண்டிருக்கிறாள்.

"இல்லை ஆர்த்தி, இது சரி வராது. நிச்சயமா உங்கப்பா நம்ம கல்யாணத்துக்கு ஒத்து வர மாட்டார். நாம மறந்துடறதுதான் நல்லது..."

"ஐயோ! எங்கப்பாவைப் பத்தி எனக்குத் தெரியும். நீ தைரியமா என்னை பொண்ணுக் கேட்டு வா. மத்ததை நான் பார்த்துக்கறேன்!"

"குழந்தை மாதிரி பேசாதே ஆர்த்தி. எந்த தகுதிய வெச்சிட்டுடா எங்க வீட்டுப் படி ஏறுன?'ன்னு உங்கப்பா கேட்டா, நான் என்ன பதில் சொல்றது? நீ டிகிரி ஹோல்டர். நான் சாதாரண ப்ளஸ் டூ. உங்கப்பா பெரிய பிஸினஸ்மேன். நான் வீடியோ லைப்ரரில லெட்ஜர் எழுதறவன். இந்த காரு, பங்களா இதெல்லாம் இந்த ஜென்மத்துல என்னால வாங்க முடியாது. ஆனா, உங்க வீட்டுல உனக்கே ரெண்டு கார். அத்தோட..."

"லிஸ்ட் போட்டது போதும். இதெல்லாத்தையும்விட இன்னொரு முக்கியமான விஷயம் எங்கிட்ட இருக்கு. அது நிச்சயமா நம்மளைச் சேர்த்துவைக்கும்."

"அதென்னது?"

"என்மேல அவர் வச்சிருக்கிற பாசம்!"

"அதைத்தான் நான் சொல்றேன். அதனாலதான் உங்கப்பா உன்னை ஒரு பெரிய அந்தஸ்தான இடத்துல கல்யாணம் பண்ணி வைக்கணும்ன்னு நினைப்பாரே தவிர, என்னை மாதிரி பிளாட்பாரம் கேஸுக்கு கண்டிப்பா கட்டிக்கொடுக்க மாட்டார்."

"அந்தப் பாசத்தை எப்படி பயன்படுத்திக்கறதுன்னு எனக்குத் தெரியும். அதுக்கு ஒரு அருமையான ஆயுதம் என்கிட்ட இருக்கு."

"ஆயுதமா?"

"ஆமா. எனக்கு நாலைஞ்சு வயதிருக்கும்போதே எங்கம்மா இறந்துட்டாங்க. எங்கப்பா என்னை எப்ப எதுக்குக் கண்டிச்சாலும், 'எங்கம்மா உயிரோட இருந்திருந்தா இப்படி நடக்குமா? அவ என்னை இப்படில்லாம் நடத்துவாளா?'ன்னு நான் கண்ணைக் கச்குவேன். உடனே எங்கப்பா 'மெல்ட்' ஆயிடுவார். நான் என்ன கேட்டாலும், அடுத்த நிமிஷமே அதை நிறைவேத்திடுவார்."

"நிஜமாவா?"

" ஆமா! சின்ன வயசிலேர்ந்து இன்னைக்குவரைக்கும் எந்தக் காரியத்தை சாதிக்கணும்னாலும் 'எங்கம்மா உசுரோட இருந்தா இப்படி பண்ணுவாளா?'ன்னு எங்கம்மா ஃபோட்டோகிட்ட போய் நின்னு அழுதே நான் சாதிச்சுடுவேன். ஏழு வயசுல 'ஹார்ஸ் ரைடிங்' கத்துக்கணும்னு ஆசைப்பட்டேன். எங்கப்பா கூடாதுன்னாரு. அப்பதான் மொதல்ல இந்த மாதிரி அழுதேன். சொந்தமாவே ஒரு குதிரை வாங்கிக் குடுத்துட்டாரு. அதுக்கப்புறம் இஷ்டப்பட்ட டிரஸ்ஸை போட்டுக்கறது, இஷ்டப்பட்ட இடத்துக்கு போய் சுத்தறது, எதாருந்தாலும் எங்கப்பா அப்ஜெக்ட் பண்ணார்ன்னா உடனே நான் இந்த ஆயுதத்தைதான் எடுப்பேன்"

"அது சரி. ஆனா கல்யாண விஷயங்கறது உன் லைஃப் பிரச்சனையாச்சே!"

"அது எந்தப் பிரச்சனையானாலும், எங்கம்மா ஃபோட்டோ முன்னால நின்னு நான் கண்ணை கசக்குனா, இம்மீடியட்டா 'சால்வ்' ஆயிடும். யூ டோன்ட் வொர்ரி. நீ நாளைக்கு உன் பேரண்ட்ஸோட என்னை பொண்ணு கேட்டு வர்றே. ஓ.கே.?"

*

ஆர்த்தியின் பங்களா.

வாசலில் புதிதாக இரண்டு கார்கள் நிற்க, யாரோ வந்திருக்கும் பரபரப்பு தெரிகிறது.

பார்க்கிலிருந்து திரும்பிய ஆர்த்தி, 'கெஸ்ட் யார் வந்திருப்பார்கள்?' என்று புரியாமல் குழப்பத்துடன் படியேறினாள்.

ஹாலில் பட்டுப்புடவை பெண்களும், பட்டு வேட்டி ஆண்களும் சோஃபாக்களை நிறைத்திருக்க, நடுநாயகமாக ஒரு இளைஞன். நடுவில் டீப்பாயின் மேல் பெரிய பெரிய தட்டுகளில் பூ, பழம், வெற்றிலை, பாக்கு இன்னபிற அயிட்டங்களோடு ஒரு பெண் பார்க்கும் அட்மாஸ்ஃபியர்.

ஆர்த்தியைப் பார்த்ததும் அப்பா எழுந்து, விரைவாக வாசலுக்கு வந்தார்.

"என்னம்மா... இன்னைக்குப் பார்த்து லேட்டா வர்றே? போ. சீக்கிரமா டிரஸ் சேஞ்ச் பண்ணிட்டு வா..."

"அப்பா நான் உங்ககிட்ட கொஞ்சம் தனியா பேசணும்."

"எல்லாம் அப்புறம் பேசலாம். நீ மொதல்ல உள்ள போய், நல்லதா ஒரு பட்டுப்புடவை கட்டிட்டு வா, போ..."

"நோ!"

ஆர்த்தியின் அழுத்தம் திருத்தமான, உரத்த 'நோ' ஹாலில் இருந்தவர்களைக்கூட திரும்பிப் பார்க்க வைத்தது.

ஆர்த்தி, தன் அப்பாவை வெடுக்கென்று தள்ளிவிட்டு, ஹாலில் உட்கார்ந்திருந்தவர்களை சிறிதும் சட்டை செய்யாமல், தன்னுடைய பெட் ரூமுக்கு வேகமாக ஓடினாள். அங்கே படுக்கையின் தலைமாட்டில் ஆர்த்தியுடைய அம்மாவின் ஆளுயர புகைப்படம் மாலை, ஊதுபத்திகளோடு தெய்வீகமாக இருந்தது. அதன்முன் போய் முகத்தை மூடிக்கொண்டு விசும்பி விசும்பி அழ ஆரம்பித்தாள்.

ஆர்த்தியை பின்தொடர்ந்து ஓடிவந்த அவளது தந்தை, அதைப் பார்த்ததும் பதறிப் போனார்.

"என்னம்மா இது?" என்று, முகத்தை மூடிய மகளின் கைகளை விலக்க, ஆர்த்தி அதை தட்டிவிட்டு, 'ஓ'வென்று அழ ஆரம்பித்தாள்.

"யாரை கேட்டு கிட்டு, என்னை பொண்ணு பார்க்கறதுக்கு இவங்களை எல்லாம் கூட்டிட்டு வந்தீங்க? எங்கம்மா உசுரோட இருந்தா, என் விருப்பம் என்ன, ஏதுன்னு தெரிஞ்சுகிட்டு பண்ணியிருப்பாளே"

அப்பா நிலைகுலைந்து போனார்.

"என்னம்மா இப்படிச் சொல்றே? நான் என்னைக்காவது உன் விருப்பத்துக்கு மாறா நடந்திருக்கேனா? இது பெரிய ஃபேமிலி.

பையன் ஓகோன்னு படிச்சிருக்கான். பார்க்கறதுக்கு ரொம்ப லட்சணமா இருக்கான். நீ இவனை கட்டிக்கிட்டா...”

“மாட்டேன்!” – ஆர்த்தி அப்பாவை முடிக்க விடவில்லை.

“நீங்க பார்க்கற எந்த மாப்பிள்ளையையும் நான் கட்டிக்க மாட்டேன்!”

“ஏன்?”

ஆர்த்தி, ரமேஷுடனான தன்னுடைய காதலை அழுகையோடு சொல்லி முடித்தாள்.

“நான் கட்டுனா ரமேஷைத்தான் கட்டுவேன்!”

“ஆர்த்தி... காதல், கீதல்ன்னு இவ்வளவு நாளா நீ சொல்லவே இல்லை. அதோட, அந்தப் பையன் நிச்சயமா உன்னை பணத்துக்காக காதலிக்கலைன்னு உனக்குத் தெரியுமா?”

“தெரியும்.”

“நீ சின்ன வயது. புரியாமப் பேசறே.”

“இல்லை. நீங்கதான் என் மனசை புரிஞ்சுக்கல. எங்கம்மா இருந்திருந்தா இப்படி பொண்ணு ஒண்ணு இஷ்டப்பட்றான்னும்போது, வேற ஏற்பாடு பண்ணுவாளா?”

“ஆர்த்தி, ப்ளீஸ்...”

அப்பா ஆரம்பிக்கும்போது,

“சார்! அவங்கள்லாம் ரொம்ப நேரமா வெயிட் பண்ணிட்டிருக்காங்க...”

வாசலில் நிழலாடியது. அப்பாவின் நாற்பது வருட மேனேஜர் சுந்தரம்.

“எல்லாரையும் போகச் சொல்லுங்க...” – ஆர்த்தி கத்தினாள்.

“ஆர்த்தி... டோண்ட் பீ ய ஃபூல்! உங்கப்பா உனக்கு நல்லது பண்ணாம கெட்டது பண்ணுவாரா? நீ ஏன் புரிஞ்சுக்க மாட்டேங்கறே?” – அந்தக் குடும்பத்தில் ஒருவராக மதிக்கப்படும் உரிமையோடு, மேனேஜர் சற்று கண்டிப்பாகப் பேசினார்.

“நீங்க எல்லாரும் சேர்ந்து சதி பண்ணுவீங்கன்னு எனக்குத் தெரியும். எங்கம்மா இருந்தா இதுக்கெல்லாம் விட்ருப்பாளா? எங்கம்மா செத்தப்பவே நானும் செத்திருக்கணும்...”

“ஆர்த்தி! ரொம்பத்தான் ‘அம்மா, அம்மா’ன்னு உருகாதே. உங்கம்மா பண்ண காரியத்...”

“சுந்தரம்! ஸ்டாப் இட்!”

அப்பா மேனேஜரை ஒரு அதட்டுப் போட்டு அடக்கினார்.

“போய் அவங்களை ஏதாவது சொல்லி ஸ்மூத்தா அனுப்பற வழியப் பாருங்க. ஆர்த்தி... நாளைக்கு அந்த ரமேஷை வரச் சொல்லு. போ... போய் ஃபேஸ் வாஷ் பண்ணிட்டு, டிபன் காபி சாப்புடு. போ...”

“தேங்க்யூ டாடி! தேங்க்யூ...”

ஆர்த்தி சந்தோஷச் சிரிப்போடு தந்தையின் கன்னத்தில் ஒரு முத்தமே கொடுத்துவிட்டாள்.

வந்தவர்களை அனுப்பிவிட்டு. வீட்டு வாசலில் அப்பாவும், மேனேஜரும் மட்டும் நின்றிருந்தார்கள்.

“சார்! நீங்க பண்றது கொஞ்சம்கூட நல்லால்ல... ஆர்த்தி, ‘எங்கம்மா இருந்தா இப்படி நடக்குமா?’ன்னு அழுதா போதும்னு நல்லா புரிஞ்சுக்கிட்டா. என்ன பொல்லாத அம்மா! “உன்னோட அம்மா ஓடிப்போனவ. கைக்குழந்தையா உன்னை தவிக்க விட்டுட்டு, யாரோ ஒருத்தனோட கள்ளக் காதல் பண்ணி ஓடிப் போனவளா உன் இஷ்டத்தை பூர்த்தி பண்ணுவா?’ன்னு போட்டு உடைக்க வேண்டியதுதானே?”

“நோ! நோ! எந்தக் காலத்துலயும் அதை நான் பண்ணவே மாட்டேன். அதோட எம் பொண்ணு உசுரையே விட்ருவா. அவளைப் பொறுத்தவரைக்கும் அவங்கம்மா செத்தவளாவே இருக்கட்டும். அவ அம்மா பேரைச் சொன்னதும் நான் உடனே அவ கேட்டதை பண்ணாத்தான், அவளுக்கு தன் அம்மா மேல அப்பா உசுரையே வச்சிருக்கார்ன்னு ஒரு பிரமை இருந்துட்டே இருக்கும். அப்பதான் அவளுக்கு எந்த சந்தேகமும் வராது. குழந்தையும் தெய்வமும் ஒண்ணு. அதனாலதான் அவங்கம்மா ஓடிப்போனப்பகூட இவ மேல எனக்கிருந்த பாசம் மாறல. தன் அம்மா ஒரு ஓடிப்போனவன்னு தெரிஞ்சா, அந்த அதிர்ச்சியை அவளால தாங்க முடியாது. அதோட ஆர்த்தி நடைப் பிணமா ஆயிடுவா. அவளுக்கு அந்த விஷயம் தெரியக்கூடாதுன்னுதானே அவ குழந்தையா இருக்கும்போதே நான் ஊர்விட்டு ஊர் வந்து அவளை வளர்த்து ஆளாக்கினேன்! தன் தாய் ஓடிப்போனவங்கற ஷாக் அவ மனசை நொறுக்கி முடமாக்கிடாது! நான் நிச்சயம் அந்தக்காரியத்தை பண்ண மாட்டேன். ‘அம்மா செத்ததை சொல்லிக் காட்டினா, அப்பா எதைக் கேட்டாலும் பண்ணிடுவார்’ங்கற இல்யூஷன் அவளுக்கு மாறவே கூடாது...”

அப்பா கண்களை துடைத்துக்கொண்டு திரும்பியவர். அப்படியே அதிர்ந்து போனார்! வாசல் கதவருகே ஆர்த்தி, இத்தனையையும் கேட்டபடி, கண்களில் நீரோடு நின்றிருந்தாள்!

– கட் –

மேலே சொன்ன கதைக்கும், 'இது நம்ம ஆளு' திரைப்படத்திற்கும் ஒரு ஒற்றுமை இருக்கிறது. 'இது நம்ம ஆளு' கதை உருவான விதம் இதுதான்.

தேனாம்பேட்டையில் நான் இருந்தபோது நடந்த ஒரு சம்பவம். ஒரு சிகப்பான இளைஞன். வேலை இல்லாமல் திண்டாடிக்கொண்டிருந்தவன். ஏதோ ஒரு ஜாதியைச் சேர்ந்தவன். (பிராமணன் அல்ல).

அங்கே இருந்த ஒரு அய்யர் ஓட்டலில் பிராமணர்களை மட்டும்தான் வேலைக்கு சேர்த்துக்கொள்வார்கள். இந்தப் பையன், வேலையில்லாத கொடுமையால், தன் சிவப்பு நிறத்தைப்பயன்படுத்தி, தானே ஒரு பூணூலை எடுத்து மாட்டிக்கொண்டு, அந்த அய்யர் ஓட்டலில் 'நானும் ஒரு பிராமணன்' என்று சொல்லிக்கொண்டு வேலைக்குச் சேர்த்து விட்டான். ஆனால், ஒரு நான்கைந்து நாட்களுக்கெல்லாம் இவன் பிராமணன் இல்லை என்று தெரிந்துவிட்டது. பொய் சொன்னான் என்று அடித்துத் துரத்திவிட்டார்கள்.

இந்தச் சம்பவம் என் மனதில் பதிந்துவிட்டது. ஒரு சாதாரண ஓட்டலில் நடந்த பிரச்சனை என்பதால் அத்தோடு போய்விட்டது. ஆனால், இதில் எவ்வளவு பெரிய ஒரு போராட்டத்தின் மூல காரணமே அடங்கியிருக்கிறது!

இது ஒரு மிகப்பெரிய சமுதாயப் பிரச்சனை அல்லவா? இதையே இன்னும் விரிவுபடுத்தும்போது என்ன ஆகும்? ஒரு சாதாரண ஓட்டல் என்று இல்லாமல், மிகவும் ஆசாரமான ஒரு orthodox பிராமணக் குடும்பத்தில் ஒருவன் இப்படி நுழைந்துவிட்டால் என்ன நடக்கும்? அங்கு சாதிப் பிரிவுகளை அழுத்தம் திருத்தமாகக் கடைப்பிடிக்கும் ஒருவரை அவன் எதிர்கொண்டால் எப்படி இருக்கும்? வெறும் வேலை வாய்ப்போடு முடிந்து விடாமல், அந்த வீட்டில் ஒரு பெண் இருந்து, அவனை காதலிக்கத் தொடங்கினால் அது எதில் கொண்டுபோய் விடும்? அவர்கள் காதலித்துக்கொண்டிருக்கும்போதே அந்த வீட்டாருக்கு அவன் பிராமணனல்ல என்று தெரிந்துவிட்டால், உடனே அவனை துரத்திவிடுவார்கள். அக்கம் பக்கத்தாரும், 'ஏமாற்றுக்காரன்' என்று அவனைத்தான் திட்டுவார்கள். ஆனால்,

இதே கல்யாணம்வரை கொண்டுபோய்விட்டு, அவன் தாலியும் கட்டிவிட்டால்? அதன்பின் 'கணவன் – மனைவி' என்று எவரும் அறுக்க முடியாத பந்தம் உருவாகிறதே? அதையும் அந்த சாஸ்திரி ஒத்துக்கொள்ளாமல், மகளின் தாம்பத்திய வாழ்க்கையே பாழானாலும் பரவாயில்லை என்று சத்தியம் வாங்கிவிட்டால், சாதி வெறி எவ்வளவு கொடூரமானது என்பது புலப்படுமே? அதை ஹீரோ எதிர்க்கும்போது, சாதி மூலமாக சமூகத்தில் உள்ள பல பிரச்சனைகளை கதையில் சொல்லலாமே என்று அடுக்கடுக்காக உருவாகியதுதான் 'இது நம்ம ஆளு' கதை!

ஆகவே, அந்தக் கதையை உருவாக்கும்போது, எவரையும் புண்படுத்த வேண்டும் என்று நான் கதை பண்ண உட்காரவே இல்லை. நான் தேனாம்பேட்டையில் பார்த்த ஒரு சிறு சம்பவம். அதை அடிப்படையாக வைத்து விரிவுபடுத்த ஆரம்பித்தேன். அது ஒரு பெரிய சமூகப் பிரச்சனையை சொல்லும் அளவு ஆழமாக விஸ்வரூபம் எடுத்தது.

இதேபோல் நான் ஆரம்பத்தில் ஒரு கதையை குறிப்பிட்டேனே... அதற்கும் மூலப்பொறி ஒரு சின்ன சம்பவம்தான்.

கிராமத்தில், தூரத்தில் பரிதாபமாக போய்க்கொண்டிருந்த ஒருவரைக் காட்டி, இரண்டு பேர் கிசுகிசுத்துக்கொண்டிருந்தார்கள்.

"தெரியுமா? இவன் பொண்டாட்டி மூணு வயசுக் குழந்தையோட இவனை தவிக்க உட்டுப்போட்டு எவன் கூடவோ ஓடிப் போயிட்டாளாம்!"

இதுதான் என் மனதில் விழுந்த விதை. அதன்பின், அந்த மனிதனின் நிலை என்ன? மனைவி ஓடிப்போனது எவ்வளவு பெரிய அவமானம்? பரிதாபம்? அதையெல்லாம்விட, அந்தக் குழந்தையின் கதி? அந்தக் குழந்தைக்கு தன் தாய் ஓடிப்போனவள் என்று தெரியும்போது என்ன ஆகும்? அதன்பின் அந்தக் குழந்தையின் மனநிலை எப்படி இருக்கும்?

அந்த தந்தைக்கு தன் குழந்தையைப் பார்க்கும்போதெல்லாம் 'ஓடிப்போனவளின் குழந்தைதானே' என்று ஒரு ஆத்திரம் வருவது இயல்பு. ஆனால் அதற்கு மாறாக, 'ஐயையோ! நம் குழந்தை நன்றாக வளர வேண்டும், தாய் ஓடிப்போனவள் என்ற பாதிப்பு அதற்கு ஒரு சிறிதும் வரக்கூடாது' என்ற பதைப்போடும், பண்போடும் அந்த ஊரைவிட்டே வெளியேறி, வேறு ஊரில் கஷ்டப்பட்டு மகளை வளர்த்தால்? தன் மகளுக்கு சிறிதும் சந்தேகம் வரக்கூடாது என்பதற்காக, 'அம்மா செத்துப் போயிட்டா" என்று சொல்லி,

அதை வலுப்படுத்துவதற்காக "எங்கம்மா உயிரோட இருந்திருந்தா இப்படி நடத்திருக்குமா?' என்று அழும்போதெல்லாம் அவள் கேட்டதைச் செய்து கொடுத்து, அவளுக்கு அந்த விபரமே தெரியாமல் வளர்த்து வந்தால்?

ஒரு அற்புதமான தந்தையின் பாத்திரப் படைப்பு கிடைத்தது. நிச்சயம் இது மனதைத் தொடும். மிகப் பரிதாபமான பாத்திரம் அல்லவா அது?" அதேபோல் மகளுக்கு உண்மை தெரிந்தபின் அவள் மனம் என்னவெல்லாம் பாடுபடும்? தந்தையை எண்ணி துடித்துப் போகமாட்டாளா?

இப்படி சரசரவென்று மின்னல்போல் ஒரு கதை, கோர்வையாக மனதில் ஓடியது. சிம்பிளாக யோசித்தபோதே சிறப்பான இரண்டு கதாபாத்திரங்கள் கிடைத்தன. இதையே ஆற அமர உட்கார்ந்து, கலந்துபேசி உருவாக்கும்போது, இன்னும் விரிவுபடுத்தி, பல புதிய பரிமாணங்களைக் கொண்டுவர முடியும். அத்தோடு, இதை சுவாரஸ்யமான திரைக்கதை ஆக்குவது என்பது மிகவும் சவாலான ஒரு அனுபவமாக இருக்கும்.

ஆகவே, எந்த ஒரு 'பளீர்' என்ற சிறு சம்பவத்தையும், அதனை எப்படி எல்லாம் விரிவுபடுத்த முடியுமோ, அப்படியெல்லாம் விரிவுபடுத்த வேண்டியது அவசியம். அது எந்தப் பின்னணியில் (பேக் டிராப்) நடந்தால் மிக வலுவாக மனதில் பதியும் என்பதைத் தேர்ந்தெடுத்து, அந்தப் பின்னணியில் நடப்பதாக கதையை வைக்க வேண்டும். அதில் பாத்திரப் படைப்புகளை எவ்வளவு தூரம் கூர்மைப்படுத்த முடியுமோ, அவ்வளவு கூர்மைப்படுத்த வேண்டும்.

'இது நம்ம ஆளில்' நான் வெற்றிகண்டது இப்படித்தான். ஆரம்பத்தில் சொன்ன சென்டிமெண்ட் கதையும் இப்படி ஒரு சிறு பொறியிலிருந்து வந்ததுதான். ஆகவே, எந்த ஒரு பிரச்சனையையும் வெவ்வேறு கோணங்களில் பின்னிப் பின்னி, அதன் எல்லைவரை சென்று ஆராயும்போது, ஒரு அழுத்தமான கதைக் கரு கிடைக்கும் என்று நம்புகிறேன்.

●

24

சினிமாவில் சர்வ சாதாரணமாக எல்லோருடைய வாயிலும் புறப்பட்டு வரும் வார்த்தை "இன்ஸ்பிரேஷன்"

உண்மையில் என்ன அந்த இன்ஸ்பிரேஷன்?

ஒரு கதை சொல்கிறேன்.

*

இரண்டு மூன்று நாட்களாகவே ஒரு கடிதத்தை எதிர்பார்த்துக் கொண்டிருக்கிறாள் வனிதா. அவள் வாழ்க்கையையே தீர்மானிக்கக்கூடிய கடிதம் அது.

அன்று அவளுடைய எதிர்பார்ப்பை நனவாக்கியதுபோல, ஒரு கடிதத்தை கொடுத்துவிட்டுப் போனார் தபால்காரர்.

ஆவலுடன், உள்ளம் குறுகுறுக்க தபாலைப் பிரித்துப் பார்த்த வனிதா, அதிர்ச்சியில் உறைந்துபோனாள். எத்தனை வருடக் கனவு, எவ்வளவு உறுதியாகக் கட்டிய மனக்கோட்டை, எவ்வளவு அழுத்தமாக வைத்திருந்த நம்பிக்கை. அவள் உள்ளம் குலுங்கியது. ஒரு ஆண்மகனால் இவ்வளவு நல்லவனாக, சிரிக்கச் சிரிக்கப் பேசிவிட்டு, இப்படி கழுத்தை அறுத்துவிட முடியுமா?

குமுறல்கள் பொங்கி, விம்மலாக வெடித்து அவள் அழத்தொடங்கியபோது, வாசலில் கதவு தட்டும் ஒலி கேட்டது.

திறந்தாள். பிரபு!

"என்ன வனிதா, ராஜாவிடமிருந்து ஏதாவது தகவல் வந்ததா?" என்று அவன் கேட்கும்முன்,

"பிரபு, பாருங்கள் உங்கள் நண்பரின் யோக்கியதையை, இவரைத்தானே 'ராமரைப்போல யோக்கியன்' 'அரிச்சந்திரன்

மாதிரி பரிசுத்தமானவன்' என்று புகழ்வீர்கள்" என்று ஆத்திரமும் அழுகையும் பொங்க, அந்தக் கடிதத்தை வீசியெறியாத குறையாக அவன்முன் போட்டாள் வனிதா.

"**அ**ன்புள்ள (இப்படி இனிமேல் அழைக்கும் தகுதி எனக்கில்லை) வனிதா ! "

என்னை மறந்துவிடு. குடும்ப நிர்பந்தம் காரணமாக நான் வேறொரு பெண்ணை திருமணம் செய்துகொள்ள வேண்டியவனாக இருக்கிறேன். அதுவும் பம்பாயில் போய் செட்டிலாகவேண்டிய சூழ்நிலை. உன்னிடம் நேரில் சொல்ல தைரியம் இல்லை. மன்னித்து விடு. மறந்து விடு.

– ***ராஜா***

பிரபு பதறிப்போய் "பாவி... பாவி, இப்படியொரு நீசத்தனமான துரோகத்தை அவன் செய்வான் என்று நான் நினைத்தே பார்த்ததில்லை. பால் போன்றிருந்த உன் மனதைக் கெடுத்துவிட்டு, இப்போது பச்சோந்தியாய் ஓடிப் போய்விட்டானே. இப்படி ஒருவன்கூடவா நண்பனாகப் பழகினோம் என்று நினைக்கவே எனக்கு அருவருப்பாக இருக்கிறது. நாலைந்து நாட்களுக்கு முன்பு பார்த்தபோதுகூட 'வனிதாவுக்கு மேரேஜ் விசயம் ஃபைனலா கடிதம் எழுதப்போறேன். அப்புறம் மேரேஜ்தான்'னு என்கிட்ட சொன்னான். அந்தச் சண்டாளன், தன்னுடைய துரோக மேரேஜைப் பத்திதான் இப்படிப் பேசியிருக்கிறான் என்று இப்பத்தான் புரிகிறது" என்று நீளமாக புலம்ப ஆரம்பித்தவனை 'நறுக்'கென்று இடைமறித்தாள் வனிதா.

"மிஸ்டர் பிரபு, ப்ளீஸ் என்னைக் கொஞ்சம் தனிமையில் விடுங்கள்"

"சாரி... வெரி சாரி" என்று வேதனையுடன் வெளியேறினான் பிரபு.

அன்றிலிருந்து வனிதா கிட்டத்தட்ட ஒரு மாதமாக யாரிடமும் பேசவில்லை. தன் அறைக்குள்ளேயே கிடந்தாள். ராஜா செய்து விட்டுப்போன துரோக ரணம், அவள் மனதில் ஆறவில்லை.

எவ்வளவு உன்னதமான காதலனாக தன்னை வெளிப்படுத்திக்கொண்டு ஏமாற்றிவிட்டான் ராஜா.

'காதல், கத்தரிக்காய் எல்லாம் நம் வீட்டு வாசற்படியருகே வரக்கூடாது' என்று பிடிவாதம் பிடித்த ஆசார சீலர்களான அம்மாவையும், அப்பாவையும் எவ்வளவு சிரமப்பட்டு வனிதா

சம்மதிக்க வைத்திருந்தாள். 'ராஜா ரொம்ப ஜென்டில்மேன். அக்கா, தங்கையோட பிறந்தவர். பெண்களை மென்மையாகவும், மேன்மையாகவும் மதிக்கத் தெரிந்தவர்' அப்படி, இப்படி என்று எவ்வளவு தூரம் அப்பாவிடம் எடுத்துச் சொன்னாள். நாலு வருடப் பழக்கத்தை, நாலு வரிக் கடிதத்தில் அழித்துவிட எப்படி முடிகிறது அவனால்? 'வீட்டில் உன்னைப்பற்றி எல்லாம் சொல்லிவிட்டேன். பொருளாதார ஏற்பாடுகளைச் செய்ய வேண்டியதுதான் பெண்டிங்காக இருக்கிறது. அது முடிந்துவிட்டால் அடுத்தாற்போல் நம் கல்யாணம்தான்' என்று பசப்பிவிட்டுப் போனானே.

போர்வையாய் மௌனத்தைப் போர்த்திக்கொண்டு, அறையை தனிமைத் தீவாக்கிக்கொண்டு ஒதுங்கியிருந்த வனிதாவின் ஒதுக்கத்தை அம்மா உடைத்தாள்.

"வனிதா, நீ இப்படி வீட்டோட அடைஞ்சு கிடக்கிறது நல்லாவா இருக்கு?"

வனிதா தன் வேதனையை விழுங்க முயன்றாள்.

"அந்தத் தம்பியைப் பாக்க பாவமா இருக்கு. தினம் வீட்டுப் பக்கம் வந்து 'வனிதா எப்படி இருக்கா'ன்னு கேட்டுட்டுப் போகுது" என்று அம்மா கூறும்முன், "தம்பியா, யார்... ராஜாவா?" என்று அவள் மனம் பரபரத்தது.

ஆனால்...

"அந்த பிரபு தம்பிதான், அந்த ராஜாப் பயல் செய்த துரோகத்துக்கு இந்தப் புள்ள கிடந்து வேதனைப்படுது, 'என் நண்பன் ராஜா பண்ணின துரோகத்துக்கு என்ன பரிகாரம் பண்றதுன்னு புரியல. மீண்டும் வனிதா முகத்துல பழைய மலர்ச்சியை பார்த்தாத்தான் என் மனசு ஆறும்' அப்படீன்னு அந்தப் புள்ளை சொல்லுது."

வனிதாவுக்கு சங்கடமாக இருந்தது. இப்படியொரு மனசாட்சி உருவமா?

அறையிலிருந்து வெளிப்பட்டு வந்தாள். காத்திருந்த பிரபுவிடம் மெலிதாக ஒரு ஹலோ சொன்னாள். வேதனையை விழுங்கிக்கொண்டு சிநேகிதமாய் புன்னகைத்தாள்.

"வனிதா, உங்களை டிஸ்டர்ப் பண்ண வர்லைம்மா, ஜஸ்ட் ஒரு கர்ட்டஸிக்காக பார்த்துட்டு போகலாம்னுதான் வந்தேன். அதுவும் வழக்கம்போல வெளிய நின்னு பார்த்துட்டுப் போகலாம்னுதான் புறப்பட்டேன். அம்மாதான் 'கொஞ்சம் இருங்க தம்பி'ன்னு நிக்க

வெச்சாங்க.

" ஒரு நாளா, ரெண்டு நாளா, அந்தப் புள்ள தினம் கோவிலுக்குப் போறாப்புல இங்க வந்து நிக்கறதும், போறதும் எனக்கே சங்கடமாப் போச்சு"

வனிதாவுக்கு மனதின் அடியில் மலர் ஒன்று பசுமையாடுவதுபோல ஒரு நெகிழ்ச்சி. இந்த நிலையிலும் நம்மீது அனுதாபம் காட்ட ஒரு ஜீவனா? என்ன ஒரு மனிதாபிமானம்.

அந்த மனக்கசிவு, அடுத்த சில வாரங்களுக்குள் ஒரு அழுத்தமான அன்புப் பிடிப்பாக அவர்களுக்குள் உருவாகியது.

தினந்தோறும் பிரபு வனிதா வீட்டுக்கு வருவான். குடும்பத்தினரோடு ஒருவனாக அமர்ந்து பேசிக்கொண்டிருப்பான். அவனுடைய அடக்கமும், எளிமையும் எல்லோருக்கும் பிடித்துவிட்டது. ஆரம்பத்தில் பட்டும் படாமலும் பழகிக்கொண்டிருந்த வனிதா, காலப்போக்கில் சுமுகமான நிலைக்கு வந்துவிட்டாள். அவ்வப்போது ஓரோர் ஜோக் சொல்லுகிற அளவுக்கு மனசு இலேசாகிவிட்டது. காலம்தான் ஒரு தேர்ந்த மருத்துவனாயிற்றே.

திடீரென்று ஒருநாள் வனிதாவின் வீட்டுக்கு தேங்காய், பழம், பூ, பஞ்சள் தட்டோட்டு தன் பெற்றோருடன் பிரபு வந்து நின்றபோது, வனிதா லேசாக அதிர்ந்தாள்

"மிஸ்டர் பிரபு" என்று பேச வாயெடுத்தவளை, அம்மா அவருடைய அறைக்குள் இழுத்துக்கொண்டுபோய்,

"உன்னை பிரபுவுக்காக பெண் பார்க்கத்தான் வந்திருக்கிறார்கள். நான்தான் வரச்சொன்னேன். 'கல்யாணம்தான் நீ பழச மறக்க ஒரே வழி. நீங்களும், வனிதாவும் சம்மதிச்சா வனிதாவை நானே கல்யாணம் பண்ணிக்கிறேன்'னு அந்த தம்பி சொல்லுச்சு. தெய்வமே வந்து சொன்னமாதிரி இருந்துச்சு" என்று வனிதாவுக்கு அலங்காரம் பண்ண ஆரம்பித்தாள்.

எதிர்ப்புணர்ச்சியைவிட திகைப்புதான் வனிதாவின் மனதில் மேலோங்கியது. 'நம் காதல் விவகாரங்களை அருகிலிருந்து பார்த்த இவரே எப்படி திருமணத்துக்கு முன்வந்தார்' என்று குழம்பினாள். அந்தக் குழப்பத்துடனே வந்து பெண் பார்க்க வந்தவர்களை வணங்கினாள்.

அடுத்த முகூர்த்தத்திலேயே திருமணம் நடந்தேறியது.

அப்போதும் வனிதா மனதில் சிறு குழப்பம். குறுகுறுப்பு.

நம் காதல் விவகாரங்களை தெரிந்துகொண்ட பிரபு எப்படி நடந்துகொள்வாரோ...

ஆனால் அவள் பயத்தை எல்லாம் முதலிரவு அன்றே தகர்த்துவிட்டான் பிரபு.

ராஜா அவளை ஏமாற்றியதைப் பற்றியும், தான் அவளை தியாகத்துடன் ஏற்றுக்கொண்டதைப் பற்றியும் நேரடியாகவோ, மறைவாகவோ அவன் குத்திக்காட்டக்கூடும் என்று நினைத்தாள். ஆனால் பிரபுவோ அதைப்பற்றி பேசவில்லை. அவர்கள் வாழ்வில் ராஜா என்று ஒருவன் இருந்ததாகவே அவன் காட்டிக்கொள்ளவில்லை. முழுக்க முழுக்க அவர்கள் இருவரைப்பற்றியே பேசினான். தேவதை போன்ற வனிதாவை அடைய நான் கொடுத்து வைத்திருக்க வேண்டும் என்று பேசினானேயொழிய, பிசிறாக ஒரு சிறு வார்த்தைகூட வரவில்லை.

‘இப்படியொரு மனித தெய்வமா’ என்று நெகிழ்ந்துபோனாள் வனிதா.

பொன்தட்டில் பூவை ஏந்துவதுபோல் அவளைக் கொண்டாடினான் பிரபு. அவர்களுடைய இனிய தாம்பத்தியம் மலர்ந்து, காய்த்து, கனியாகியது. வனிதா கர்ப்பமாகி சீமந்தம்கூட நடந்துவிட்டது. தலைப்பிரசவத்துக்கு தாய்வீடு வந்திருந்தாள் வனிதா.

கர்ப்பிணியான வனிதாவை மாமியார் வீட்டில் விட்டுவிட்டு வந்தானே தவிர, பிரபுவுக்கு இருப்பே கொள்ளவில்லை. நேராக மாமியார் வீட்டுக்கு, கர்ப்பிணி மனைவிக்குப் பிடித்தமான தின்பண்டங்களை வாங்கிக்கொண்டு போய்விட்டான்.

“என்ன வனிதா, இப்படி ஒரேயடியா இளைச்சுட்டே, உன்னைப் பாக்காம என்னால அங்க ஊர்ல ஒரு நிமிஷம்கூட இருக்க முடியல. நீ உடனடியா என்கூட கிளம்பு” என்று தன் இருப்பிடத்துக்கு கூட்டிப் போய்விட்டான்.

அங்கே வனிதாவுக்கு ராஜ உபச்சாரம். தாய்வீட்டில்கூட அப்படி ஒரு கவனிப்பு இருக்காது. வனிதா, ‘இப்படி ஒரு கணவன் கிடைக்க தான் கோடித்தவம் செய்திருக்க வேண்டும்’ என்று ஆனந்தக் கண்ணீரே வடித்துவிட்டாள்.

ஒருநாள் மாலை காலிங்பெல் ஒலித்தது. தன் கணவன்தான் வந்துவிட்டான் என்று தஸ்ஸு புஸ்ஸென்று மூச்சிரைக்க ஓடிப்போய் கதவைத் திறந்தாள். திறந்தவளுக்கு பேரதிர்ச்சி. எதிரே அவளின் முன்னாள் காதலன் ராஜா.

"இங்க எங்க வந்தே? நீ துரோகம் பண்ணிட்டுப் போனதால நான் செத்துட்டனா, இருக்கனான்னு விசாரிச்சு தெரிஞ்சுக்க வந்தியா?"

"இல்லை வனிதா..." என்று ஆரம்பித்தவனின் பார்வை ஹாலில் தொங்கிய வனிதா–பிரபு திருமண போட்டோவின் மேல் பதிந்தது.

"என்ன பாக்கறே? உன்னைமாதிரி அயோக்கியங்க மட்டும்தான் உலகத்துல இருப்பாங்கன்னு நினைக்காதே. பிரபுமாதிரி, கடவுளுக்கு சமமானவங்களும் இருந்ததுனாலதான் என்னமாதிரி ஏமாளிகளுக்குக்கூட நல்ல வாழ்க்கை கிடைக்குது"

'நான் உன்னை ஏமாத்தனும்னு கனவுலகூட நிலைக்கலைம்மா..."

"போதும் நிறுத்து. யாரோ கைவிட்டுட்டுப் போனவளை நாம கைதூக்கி விடறதான்னு அருவருக்காம, எனக்கு வாழ்க்கை குடுத்தாரே... அவர் மனுஷனா? இல்லை, பண்றதையும் பண்ணிட்டு எதுவுமே தெரியாத மாதிரி நடிக்கிறியே... நீ மனுஷனா? மொதல்ல இந்த இடத்தை விட்டுப் போ"

வனிதா அழுகையும் ஆத்திரமுமாக கத்தினாள்

பிரபுவும் அப்போது உள்ளே நுழைய...

பிரபுவை ஒருமுறை ஏற இறங்கப் பார்த்த ராஜா, வனிதாவிடம்,

"சாரிம்மா, வாழ்க்கையில தப்பு செய்யறது எல்லாருக்கும் சகஜமான ஒண்ணு. ஏதோ ஒரு சூழ்நிலையில தப்பு நடந்திருச்சு. நான் வர்றேன்" என்று கூறிப் புறப்பட்டான்.

ராஜா போவதையே பார்த்துக்கொண்டிருந்த பிரபு

"ஒரு நிமிஷம் வனிதா, இதோ வந்திடறேன்" என்று படியிறங்க. வனிதா "எங்கபோறீங்க? அந்த அயோக்யன் கிட்ட நீங்க எதுவும் பேச வேண்டாம்" என்று தடுத்தாள்.

"இல்லை வனிதா. என்ன இருந்தாலும் வீடு தேடி வந்தவனை இப்படி அவமானப்படுத்தி அனுப்பக்கூடாது. நான் ரெண்டு வார்த்தை சமாதானமா பேசிட்டு வந்திடறேன்"

"அவன்கிட்ட என்ன சமாதானமாப் பேசறது. சொன்னா கேளுங்க..." என்று அவள் தடுக்கத் தடுக்க நில்லாமல் பிரபு வீதியில் இறங்கிவிட்டான்.

வீட்டை அடுத்த தெருமுனை. ராஜா நடந்துகொண்டிருக்கும்போது, பிரபு ஓடிவந்து அவன் கையைப்

பற்றிக்கொண்டு,

"ராஜா... இது உன் கைகள் இல்லை. கால்னு நினைச்சுக்கோ. நான் உனக்கு எவ்வளவு பெரிய நம்பிக்கை துரோகம் செஞ்சும், நீ காட்டிக்காம வெளியே வந்துட்டியே. அதை நெனைச்சா..." அழுதான் பிரபு.

அமைதியாகப் பார்த்தான் ராஜா. தொடர்ந்தான் பிரபு

"நான் செய்த அயோக்கியத்தனத்தை உலகம் புரிஞ்சுக்கவே இல்லை. அன்னைக்கு நீ பம்பாய்க்குப் போகும்முன் நீ என்னிடம் 'பிரபு, எனக்கும் வனிதாவுக்கும் திருமணம் நடப்பதற்குள் என் தங்கை கல்யாணத்தை பேசி முடிக்க வேண்டியிருக்கு. ஐம்பதாயிரம் வரை செலவாகும். அதை சம்பாதிக்க பம்பாயில் ஒரு தொழில் வாய்ப்பு ஏற்பட்டிருக்கு. அதனால போயிட்டு வர்றேன். வனிதாகிட்ட சொல்லிட்டுப் போனா அனுப்பமாட்டா. அவ அப்பாவே அந்தப் பணத்தை வரதட்சணையா தர்றேம்பாரு. அது எனக்குஜீபிடிக்காது. அதனால வனிதாகிட்ட சொல்லிக்காம போறேன். எல்லா விவரத்தையும் இந்தக் கடிதத்துல எழுதியிருக்கேன். இதை வனிதாகிட்ட குடுத்து, பக்குவமா அவளுக்கு எடுத்துச் சொல்லு'ன்னு ஒரு லெட்டர் குடுத்தே. ஆனா இந்த சந்தர்ப்பத்தை நான் சுயநலத்துக்குப் பயன்படுத்திக்கிட்டேன். ரொம்பகாலமா அவளை நினைச்சு மனசுக்குள் ஏங்கிக்கிட்டிருந்த நான், நீ எழுதினாப்ல ஒரு லெட்டர் எழுதி, அவளுக்கு அனுப்பிட்டேன். உன் கையெழுத்தும், என் கையெழுத்தும் ஒண்ணுபோல இருக்கறது எனக்கு வசதியாப் போச்சு. என்னை மன்னிச்சிடு ராஜா."

ராஜா ஒரு கணம் நண்பனை ஏற இறங்கப் பார்த்தான். பின் விரக்தியாக சிரித்துவிட்டு,

"எப்படியோ, வனிதா, அவள்மேல ஆசைவைத்த ஒருத்தனுக்கே மனைவியாகிட்டா. அவ சதோஷமா இருந்தா அதுவே எனக்கு போதும். அவளை கண் கலங்காம பார்த்துக்க..."

– இப்படி ஒரு முடிவுடன் நிறுத்திவிட்டால் இது சிறுகதை.

இதை சற்று தொடர்ந்து...

'அச்சமயம் ஏதோ அசைவதை உணர்ந்து இருவரும் திரும்பிப் பார்த்தார்கள். எதிரே வனிதா நின்றுகொண்டிருந்தாள்' என்று கதையை நீட்டினால், அது புதிய திருப்புமுனையாக... கதை மேலும் வளரும்.

அதற்குப்பின், இப்படி நயவஞ்சக நாடகமாடி தன்னை

திருமணம் செய்துகொண்ட கணவனோடு அவள் வாழ்ந்தாளா? என்னென்ன பிரச்சினைகள், மனப்போராட்டங்கள் தொடர்ந்தன? இப்படி அதை கிளறிக் கிளறி, பல்வேறு கோணங்களில் அலசினால், அது கதையின் இரண்டாவது பாதியாக அமையும்.

இப்படி ஒரு கதை எனக்கு எப்படி உருவாகியது தெரியுமா? தற்செயலாக நான் ஒரு சரித்திரக் குறிப்பைப் படித்தேன்.

'ஜஹாங்கீர் என்ற முகலாய சக்கரவர்த்தி, நூர்ஜஹான் என்ற பேரழகியை காதலித்து திருமணம் செய்துகொண்டான்.

அவள் முதலில் சக்கரவர்த்தியின் படைத்தளபதி ஒருவனை விரும்பி, அவனை திருமணம் செய்துகொண்டு மகிழ்ச்சியாக இருந்தாள். அச்சமயம் அவளை தற்செயலாக சந்தித்த மன்னன் ஜஹாங்கீர், அவள்மீது மோகம்கொண்டான். தந்திரமாக அவளுடைய கணவனைப் பிரித்து வேறொரு போர்முனைக்கு அனுப்பி, அவனைக் கொன்றுவிட ஏற்பாடு செய்துவிட்டு, இளம் விதவையான நூர்ஜஹானை தன் அந்தப்புரத்துக்கு கொண்டுவந்து விட்டான். சக்கரவர்த்தியை எதிர்க்கமுடியாத நூர்ஜஹானும் கட்டுப்பட்டு அவனோடு வாழ்ந்து வந்தாள்...'

இதை வாசித்தபோதுதான், மேலே சொன்ன ஒரு கற்பனை பளிச்சென்று என் மனதில் தோன்றியது. இதுதான் இன்ஸ்பிரேஷன்.

இந்த சரித்திரக் குறிப்பை சமூகப் பின்னணியில் மாற்றி அமைத்தால் எப்படி இருக்கும் என்று யோசித்தேன். அதுவும், அந்த கதாநாயகியின் கணவன் இறந்துவிட்டான் என்றில்லாமல், காதலன் பிரிந்துவிட்டான் என்றிருந்தால் என்ன? காதலன் பிரிவுக்கு கணவனின் சூழ்ச்சி காரணமாக இருந்தால் எப்படி இருக்கும்? அதன்பின் அவர்கள் மணவாழ்க்கை இனிமையாக ஓடிக்கொண்டிருக்கும்போது, பழைய காதலன் குறுக்கிட்டால்? அந்தக் காதலிக்கும், தன் கணவனின் ஏமாற்று வேலை தெரிந்துவிட்டால்?

இப்படி பின்னிப் பின்னி, பல மாற்றங்கள் மனதில் வளர்ந்தது.

ஆனால் இதற்கு மூலம்– இன்ஸ்பிரேஷன் – ஒரு சிறு சரித்திரக் குறிப்புதான். ஒரு சிறு குறிப்பு, இப்படியொரு புதிதான கதையைத் தருவதுபோல, பல பழைய படங்களில் இருந்தும், படித்த, கேட்ட, மனதைத் தொடும் சம்பவங்களில் இருந்தும் பல கதைகள் தோன்றலாம். பாசமலர், பாகப் பிரிவினை போன்ற கதைகள் பல கதைகளுக்கு இன்ஸ்பிரேஷனாக அமைந்திருக்கின்றன. நாம் பார்க்கும் எந்தப் படத்திலிருந்தும், நமக்கு பொறிதட்டும் எந்த

விஷயத்தையும் எப்படியெல்லாம் மாற்றலாம், என்னவெல்லாம் நவீனப்படுத்தலாம் என்று யோசிப்பது பல புதிய கதைகளை உருவாக்க உதவும்.